பண்பாட்டு அசைவுகள்

தொ. பரமசிவன்

வளர்பிறை பதிப்பகம்

எண் : 11/21, சர்.சி.வி. ராமன் தெரு,
வெங்கடேஸ்வரா நகர், ஒரகடம், அம்பத்தூர்,
சென்னை - 600 050. தொலைபேசி எண் : 9884967484.
Email: valarpiraipathippagam@gamil.com

பண்பாட்டு அசைவுகள்

தொ. பரமசிவன்

பதிப்பு ஆண்டு: நவம்பர், 2022

பதிப்பு: முதல் பதிப்பு

தாள்: என். எஸ். புக் பிரிண்ட்

நூல் அளவு: 1/8 டெம்மி

எழுத்து அளவு: 12 புள்ளி

பக்கங்கள்: 230

நூல்வடிவமைப்பு

வளர்பிறை டிசைன்ஸ் - சென்னை

வகை: ஆய்வுக் கட்டுரைகள்

Panpaattu Asaivugal

Tho. Paramasivan

Year of Edition: November, 2022

Edition: First Edition

Paper: N.S. Book Print

Book Size: 1/8 Demy

Font Size: 12 points

Pages: 230

Design by:

Valarpirai Designs - Chennai

Subject: Research Articles

விலை:

வெளியீடு: VP-30

ISBN: 978-81-962375-1-6

வளர்பிறை பதிப்பகம்

எண் : 11/21, சர்.சி.வி. ராமன் தெரு,
வெங்கடேஸ்வரா நகர், ஓரகடம், அம்பத்தூர்,
சென்னை - 600 050. தொலைபேசி எண் : 9884967484.
Email: valarpiraipathippagam@gamil.com

முன்னுரையும் பின்னுரையும்

'தெய்வங்களும் சமூக மரபுகளும்' 1995இலும் (என்.சி.பி.எச். வெளியீடு) 'அறியப்படாத தமிழகம்' 1997யிலும் (ஜெயா பதிப்பகம்) வெளிவந்தன. அவை ஒரு நூலாகத் தொகுக்கப்பட்டு, சில புதிய சேர்க்கைகளோடு இப்பொழுது வெளியாகிறது.

இவற்றுள் முதல் நூல் தமிழ்ச் சமூகத்தின் அசைவியக்கத்தில் தெய்வங்களும், சடங்குகளும், வாழ்வியல் கோட்பாடுகளும் பெற்றிருந்த இடத்தை ஒரளவு மதிப்பிட முயல்வதாகும். அந்த நூலைவிடப் பேராசிரியர் ந. முத்துமோகன் அதற்கு எழுதிய முன்னுரை மிகப் பயனுடையது. நூலைப் படித்து முடித்தபின் அந்த முன்னுரையைப் படித்தால் வாசகர்க்குத் தமிழ்ச் சமூக வரலாற்றின் இருண்ட சில பக்கங்களை வாசிக்கப் போதிய வெளிச்சம் கிட்டும். பெருந்தெய்வம், சிறுதெய்வம் என்ற வரையறையினை அந்த நூல் தகர்க்க முயன்றது. 'அடிக்கட்டு மானம் ஜ் மேற்கட்டுமானம்' என்பவை தமிழுலக ஆய்வாளர்களால் சரியாகப் புரிந்து கொள்ளப்படவில்லை என்பதே அந்த நூலின் வழியாக முன்வைக்கப்பட்ட செய்தி. வாசித்தவர்களுக்கு அந்தச் செய்தி எந்த அளவுக்குச் சென்று சேர்ந்தது என்பது எனக்குத் தெரியவில்லை.

'அறியப்படாத தமிழக'த்தை வாசித்த நண்பர்கள் மகிழ்ச்சியினால் விரிந்த கண்களோடு என்னிடம் பேசினார்கள். இயக்கச் சார்பும் சிற்றிதழ் வாசிப்புப் பயிற்சியும் உடைய நுண்பர்களிடத்தில் அர்த நூல் உண்டாக்கிய மகிழ்ச்சி எனக்கு புதுமையாகத் தோன்றியது.

இயக்கம் சார்ந்த இதழ்களோடு வணிக நோக்குடைய இதழ்களும் கூட இந்நூற் கட்டுரைகளில் சிலவற்றை எடுத்து வெளியிட்டன. அதைவிடப் புதுமை வீட்டோடும், சமையலறை யோடும் முடங்கிவிட்ட பெண்கள் காட்டிய மகிழ்ச்சியாகும். இந்த வகையான எதிர்வினைகள் என்னை மேலும் சிந்திக்கத் தூண்டின. ஏனென்றால் அந்த நூலின் சிறு கட்டுரைகளை

எழுத 'கறுப்பு ஒரு தமிழ்ப் பார்வை' தவிர நான் கடுமையான முயற்சி எதுவும் மேற்கொள்ளவில்லை. அந்த நூலில் தரப்பட்ட செய்திகளும் பெரும்பாலான வாசகர்கள் அறிந்தவையே. இருந்தபோதும் வியப்பும் மகிழ்ச்சியுமான இந்த எதிர்வினைகளுக்குக் காரணம் என்ன?

ஆர அமர சிந்தித்துப் பார்க்கையில் எனக்குச் சில காரணங்கள் தென்படுகின்றன. இழந்துவிட்ட கைப்பொருள் ஒன்றைத் திரும்பக் கண்டுபிடித்த மகிழ்ச்சியாகப் பெண்களின் மகிழ்ச்சி காணப்பட்டது. சமையலறை நவீனங்களைக்கூட அவர்கள் அரைமனத்தோடுதான் ஏற்றுக்கொண்டிருக்கிறார்கள் என்று தோன்றுகிறது. சாதி உணர்வும் பழமைப் பற்றும் ஆண்களைவிடப் பெண்களிடம் சற்றுத் தூக்கலாகவே அமைந்திருக்கிறது. இதற்கான காரணங்களைத் தனித்தும், விரிவாகவும் நாம் பேச வேண்டும்.

இயக்கச் சார்பும் சிற்றிதழ் வாசிப்பும் உடைய நண்பர்களின் மகிழ்ச்சிக்கான காரணம் வேறு. அவர்களின் அறிவுலகத்திலிருந்து அவர்களின் குடும்பமும், தெருவும், ஊரும் பெருமளவுக்கு அன்னியப்பட்டுள்ளன. தாம் பிறந்த மண்ணையும் தம்முடன் பிறந்த மக்களின் மரபுகளையும் வாசிக்க அவர்களின் புத்தக வாசிப்புக்கு நடுவில் நேரம் கிடைக்காமல் போய்விட்டது. அதன் விளைவாகக் கடந்த நாற்பது ஆண்டுகளில் உருவான தமிழ்நாட்டு அறிவுலகம் அந்தரத்தில் தொங்குகிறது, சங்கர வேதாந்தம் போல. இந்தச் சிறிய நூல் அவர்களை மண்ணுக்கு இறக்கிவிட முயன்றிருக்கிறது. மண்ணும், மண்ணின் உயிர் வகைகளும், பயிர் வகைகளும் இவற்றின் ஊடான மனித அசைவுகளும் பன்முகத் தன்மை கொண்டவை என்ற தன்னுணர்ச்சி அவர்களிடம் பல காலம் விடைபெற்றுப் போய்விட்டது. இந்த நூலின் சிறு கட்டுரைகள் தம்மைச் சுற்றியுள்ள அசைவுகளை எந்திர கதியில் அல்லாமல் தன்னுணர்ச்சியோடு அவர்களைக் காண வைத்திருக்கிறது. அதற்குமேல் இந்நூலின் வெற்றிக்கு வேறு எந்தக் காரணத்தையும் சொல்லிவிட முடியாது.

தன்னுணர்ச்சியற்ற சமூகப் பார்வை என்பதற்கு என்னால் மற்றொரு சான்றையும் கூற முடியும். இந்தப் பதிப்பில் புதிதாகச் சேர்க்கப்பட்டுள்ள 'பல்லாங்குழி' கட்டுரை புதிய விசை இதழில் வெளியானது. இந்தக் கட்டுரைக்கு இடதுசாரிச் சார்புடையவர்களிடமிருந்து மகிழ்ச்சி நிறைந்த வரவேற்பினை

நான் எதிர்பார்த்து ஏமாந்து போனேன். எனவே தான் சுற்றியுள்ள சமூகத்தின் அசைவுகளைத் தன்னின் பகுதியாகக் காணும் போக்கு இன்னமும் தமிழ் வாசிப்பாளர்களுக்கு போதிய அளவுக்குக் கைகூடவில்லை என நாம் கருத வேண்டியுள்ளது. இன்று உலகமயமாக்கம் மிகப்பெரிய பண்பாட்டு நெருக்கடியினை நமக்கு உருவாக்கியுள்ளது. அதனை நாம் முழுமையாக உணர்ந்தபாடில்லை. ஒற்றைப் பண்பாட்டை உருவாக்கும் இந்த நெருக்கடியிலிருந்து மீள்வதற்குப் பண்பாட்டின் பன்மியத் தன்மையினை உணர்வதும் பேணுவதுமே வழி துறைகளாக அமையும் என்று நான் நம்புகிறேன். இந்த நம்பிக்கையே இந்த எழுத்துக்களை மீண்டும் அச்சேற்றுதவற்கான அடிப்படை.

இந்த இரு நூல்களையும் முறையே முன்னதாக வெளியிட்ட என்.சி.பி.எச். நிறுவனத்தார்க்கும், ஜெயா பதிப்பகத்தார்க்கும் என் நன்றி.

முந்திய வெளியீட்டு முயற்சிகளில் துணைநின்ற அன்பினர்க்கு நன்றி. காலத்திலும், களத்திலும் எனக்குக் கைவிளக்காகவும், மலை விளக்காகவும் வழிகாட்டிய என் ஆசான் சி.சு. மணி அவர்கட்கும் என் நன்றியுணர்வு மரபு சார்ந்ததன்று; அதற்கும் மேலானதாகும்.

புதிய சேர்க்கைகளோடு தொகுப்பாக இப்போது வெளியிடும் காலச்சுவடு பதிப்பகத்தார்க்கும் இம்முயற்சியில் பொறுமையும், ஆர்வமும் காட்டிய சலபதிக்கும் நான் நன்றியன்.

பாளையங்கோட்டை   தொ. பரமசிவன்
22.10.2001

பொருளடக்கம்

தெய்வங்களும் சமூக மரபுகளும்

தெய்வங்கள்

நம்மில் கடவுள் நம்பிக்கை உள்ளவரே மிகப் பெரும்பாலோர். கடவுள் நம்பிக்கை உடையோரிலும் ஒவ்வொருவர் தங்கள் மனத்திற்குப் பிடித்த ஒரு வடிவத்தைக் கடவுளாகக் கற்பனை செய்து கொள்கிறார்கள். கடவுளுக்கும் ஒவ்வொரு தனி மனிதனுக்கும் தனித்தனியே தொடர்பு இருக்கிறது என்ற கற்பனையை மதவாதிகள் மக்கள் நெஞ்சிலே மிக ஆழமாகப் பதித்திருக்கின்றனர். இவ்வகையான தனிமனிதகடவுள் உறவு மதங்கள் உருவான பின் எழுந்ததாகும். இது பரிணாமம் என்ற விஞ்ஞானக் கொள்கைக்கு எதிரானதாகும்.

மிகத் தொடக்க காலத்தில் இயற்கை மனிதனுக்கு ஒரு புதிராகத் தோற்றமளித்தது. இருள், சூரியன், பாம்பு ஆகிய இயற்கைப் பொருள்கள் மனிதனுக்குப் புதிராக இருந்தன; அதே நேரத்தில் அச்சத்தையும் ஊட்டின. ஆயினும் மனிதன் இயற்கையே தனக்கு உணவை அளிக்கிறது என்று அறிந்து கொண்டான். அச்சமும் உணவுத் தேவையும் கொண்ட மனிதன் இயற்கையின் பேராற்றலை வணங்கத் தலைப்பட்டான். கூட்டு உழைப்பினால் உணவைத் தேட மனிதன் முற்பட்டபோது ஆற்றல் மிகுந்த இயற்கையைத் தனக்கு இணங்க வைக்க முயன்றான். பழங்குடி மக்களின் பாட்டும் ஆட்டமும் அவர்களுடைய உணவுத் தேவையோடு தொடர்புடையவை. வேட்டை மிருகங்கள் நிறையக் கிடைப்பதற்காகவும் பின் உணவுக்குரிய பயிர்கள் நிறைய விளைவதற்காகவும் அதற்கான மழை பெய்வதற்காகவும் இயற்கையை அவர்கள் வேண்டினர். அதற்காக, பயிர்கள் விளைவது போன்றும் மழை பெய்வது போன்றும் ஆடிக்காட்டினர். இவ்வாறு 'போலச் செய்து காட்டுவதன்' மூலம் இயற்கையை இணங்கவைக்க முடியும் என்று நம்பினர். இவ்வகையான ஆட்டமும் பாட்டமும் மந்திரச் சடங்குகளோடு தொடர்புடையன. மந்திரமே உலக நாகரிகத்தில் தொடக்க காலத்தில் கலைகளுக்கும் விஞ்ஞானத்திற்கும் மூலமாக இருந்தது என்பதனைச் சமூகவியல் அறிஞர்கள் பிரேசர், ஜார்ஜ் தாம்சன் போன்றோர் விரிவாக விளக்கிக் காட்டி உள்ளனர்.

உயிரினங்களிலே மனிதன் கூடி வாழுகின்ற விலங்கினத்தைச் சேர்ந்தவன். விலங்கு நிலையில் இருந்தபோது யானை, மான், எறும்பு போல மனிதன் கூட்டம்கூட்டமாகவே வாழ்ந்த உயிரி. மனிதனின் தொடக்க கால நாகரிகமான கற்கால நாகரிகத்திலும் மனிதன் மந்தைமந்தையாகவே அலைந்து திரிந்தான். புதை பொருள் ஆய்வுகளில் கண்டுபிடிக்கப்படும் கற்கருவிகள் தொகுதி தொகுதியாகவே இன்றும் சண்டுபிடிக்கப்பட்டு வருகின்றன. (மனிதன் மந்தை உணர்ச்சி உடையவன் என்பதால்தான் இன்றும் தனிமை மனிதனுக்கு அச்சத்தையும் வக்கர உணர்வையும் ஊட்டுகிறது.) மனித சமூகத்தின் வளர்ச்சி அதனுடைய கூட்டுச் சிந்தனையின் விளைவு ஆகும். இரும்புக்காலம், செம்புக்காலம் என்று மனிதன் உலோகங்களைக் கண்டுபிடித்து நாகரிகம் பெற்றதும் சக்கரம், உழுகலப்பை போன்ற அரிய விஞ்ஞானக் கண்டுபிடிப்புகளைக் கண்டு பிடித்ததும் கூடிக்கூடித் தொழில் செய்து பெற்ற அனுபவத் தினால்தான். தெய்வங்களும் அப்படிப் பிறந்தவைதாம். மிகப் பழங்காலத்தில் சிந்தனை அளவில் இளம் குழந்தைகளாக வாழ்ந்த மனிதர்கள் தெய்வம் என்பதை ஒரு ஆற்றலாகத்தான் கருதினர். கைகால்களுடன் கூடிய ஓர் உருவமாகவோ, மனிதனைப் போன்ற உருவமாகவோ கருதவில்லை. தமிழர்கூட 'முருகு' எனப்பட்ட ஓர் ஆற்றலையே முதலில் வணங்கினர். பின்னர் தனி மனிதச் சிந்தனை வளர்ந்தபோதுதான் 'முருகு' 'முருகன்' ஆக்கப்பட்டான். இவ்வகையான குறிகளும், குணங்களும், குலங்களும் கொண்ட அந்தந்தச் சமூகத்தின் தேவைக்கேற்ப அமைந்தவையே.

தெய்வங்களின் வடிவமும் குணமும் அவை சார்ந்த சமூகத்தின் தேவைகளையொட்டி அமைந்தவைதாம். கால்நடை வளர்ப்போரின் தெய்வம் மாடுகள், கன்றுகள் சூழ்ந்தபடி கையில் புல்லாங்குழலுடன்தான் இருக்க முடியும். உழவர்களின் தெய்வம் மழை தருகின்ற இந்திரனாகவோ, கையிலே கலப்பை ஏந்திய பலராமனாகவோதான் இருக்க முடியும். சுருக்கமாகச் சொன்னால் ஒரு குறிப்பிட்ட இனக்குழு என்ன வகையான உற்பத்தி முறையினைச் சார்ந்திருக்கிறதோ அதைப் பொறுத்து அத்தெய்வங்களின் வடிவங்களும் குணங்களும் அத்தெய் வத்தைப் பற்றிய கதைகளும் அமையும்.

நம்முடைய கிராமப்புறத் தேவதைகள் எல்லாம் கையிலே காவலுக்குரிய ஆயுதங்களையே ஏந்தியிருக்கின்றனவே, ஏன்? பயிரைக் காத்தல், கண்மாயிலிருந்து பாய்கின்ற நீரைக் காத்தல்,

விளைந்த பயிரைப் பசைவரிடமிருந்து காத்தல், அறுவடை செய்த தானியங்களைக் காத்தல், உழவுக்கு வேண்டிய கால்நடைகளைப் பகைவரிடமிருந்து காத்தல், உளர் எல்லையில் நின்று எதிரிகளிடமிருந்து ஊரைக் காத்தல் – இந்தக் காப்பு நடிவடிக்கைகள்தாம் நேற்றுவரை கிராமப் பொருளாதாரத்தின் அடிப்படை. எனவே இந்த மக்களின் தெய்வங்களெல்லாம் இந்த மக்களைப் போலவே ஏதேனும் ஓர் ஆயுதம் ஏந்தி, காவலுக்குரிய வயல்களின் ஓரத்திலும் சண்மாய்க் சுரையிலும், ஊர் மந்தையிலும் ஊர் எல்லையிலும் அயராது கண் விழித்து நிற்கின்றன. இவை உட்காருவதும், கண் மூடுவதும் கிடையாது. இந்த மக்களைப் போலவே இத்தெய்வங்களும் முறுக்கிய மீசையும் வரிந்து கட்டிய வேட்டியுமாகச் சட்டையில்லாமல் (சில நேரங்களில் தலைப்பாகையுடன்) கள்ளும் கறியும் உண்பவையாக வாழ்கின்றன.

மிகப் பழங்காலத்திலிருந்து மக்களினப்பெருக்கம், அதற்குத் தேவையான உணவு உற்பத்திப் பெருக்கம், உணவு உற்பத்திக்கு அடிப்படையான கால்நடைப் பெருக்கம், மழை இவையே மனித குல வரலாற்றில் சமுதாயத்தின் இலட்சியமும் தேவையுமாய் இருந்திருக்கின்றன. எனவேதான் இன்றும் எல்லா மதத்தினரும் மகப்பேறு என்பது இறைவனால் அருளப்பட்டது என்றும், அதைத் தடுத்து நிறுத்துவது பாவம் என்றும் அடி மனத்தில் எண்ணுகின்றனர். உயிர்களைப் பெருக்கும் ஆற்றல் பெண் களுக்குரிய பண்பாகும். எனவே பெண் தெய்வங்கள் எல்லாம் சமூகத்தில் இத்தகைய தேவைகளை நிறைவு செய்யப் பிறந்தவையே. நோய்க் காலத்தில் குழந்தையைத் தாய் அக்கறையுடன் பேணிக் காக்கிறாள். (அம்மை, கோமாரி முதலிய) இப்பெண் தெய்வங்களும் நோய்களிலிருந்து மக்களையும் கால்நடைகளையும் காக்கின்றன.

சிவபெருமான், விஷ்ணு, மீனாட்சி முதலிய பெருந்தெய்வங்கள் எல்லாம் இப்பண்புகளைக் கொண்டிருக்கவில்லையே, ஏன்? என்ற சந்தேகம் அடுத்து எழுகின்றது. இத்தெய்வங்கள் ஆதியில் இப்படிப் பிறந்தவைதாம். இனக்குழு மக்களிடையேதான் இத்தெய்வங்கள் பிறந்தன. நாளடைவில், தனிச் சொத்துரிமை வளர வளர உடலால் உழைப்பவர்கள், உடைமையாளாகள என்ற பிரிவு சமூகத்தில் தோன்றியபோது இத்தெய்வங்கள் உடைமையாளர்களின் தெய்வங்களாகிவிட்டன. அவர்களுடைய பண்பாடுகளெல்லாம் (புலால் உண்ணாமை போன்றவை இத்தெய்வங்களின் பண்புகளாகிவிட்டன.

காடுகளில் கூட்டம் கூட்டமாகத் திரிந்த மனிதன் மண்மீது கிடந்தவற்றைப் பொறுச்சியும், நிலத்தைத் தோண்டியும் உணவைச் சேகரித்தான். பின்னர் வேட்டையாடினான்; மீன் பிடித்தான். பின்னர் கால்நடைகளைப் பழக்கினான்; மேய்ச்சல் நிலம் தேடி இடம் பெயர்ந்தான்; அக்காலத்தில் பெண்கள் கண்டுபிடித்த விவசாயத்தைக் கால்நடைகளின் துணைகொண்டு வளர்த்தான். போரில் தான் வென்ற பகைவர்களின் உடல் உழைப்பினைக் கொண்டு பயிர் நிலங்களின் அளவைப் பெருக்கினான். ஒவ்வொரு கட்டத்திலும் அவனுக்கு இயற்கை துணை செய்தது; சில நேரங்களில் பழிவாங்கியது. இவற்றினூடாக மனிதக் கூட்டங்கள் இடையறாது போராடி வளர்ச்சி பெற்றன. வாழ்நிலை, நம்பிக்கை இன்னும் பல காரணங்களால் அவை இனக்குழுக்களாயின. விவசாயம் பெருகிய நிலையில் தனிச் சொத்துடைமை வளர்ந்தது; போர்களும் பெருகின; இனக்குழுக்கள் தம்முள் பொருதின; தொடர்ந்த போராட்டங்களால் இனக்குழுக்கள் கரைந்து அரசுகளும் நாடுகளும் உருவாயின. தோற்றுப் போனவர்கள் கடுமையான உடலுழைப்பிற்குத் தள்ளப்பட்டனர். வென்ற கூட்டத்தார் உடலுழைப்பிலிருந்து விலக ஆரம்பித்தனர். நாளடைவில் உடல் உழைப்பு இல்லாதவர்கள் உடைமை யாளராகவும் மேல்தட்டு மக்களாகவும் மாறிவிட்டனர்.

வேட்டையாடிய நிலையில் குகைகளில் வாழ்ந்த மனிதர்கள் குகைச் சுவரில் ஓவியங்கள் தீட்டினர். இவ்வோவியங்கள் தாவரம் அல்லது விலங்காக இருந்தன. அவை அந்த இனக்குழுவின் குலக்கறியாக இருந்தன. இந்தக் குலக்குறிகள் புதிரானவை யாகவும், புனித ஆற்றல் உடையனவாகவும் வாழ்க்கைத் தேவையை நிறைவு செய்ய வல்லவையாகவும் கருதப்பட்டன. எனவே மந்திரச் சடங்குகளுக்கு உரியவையாகவும் கருதப் பட்டன. இம்மந்திரச் சடங்குகளே மதத்தின் மிகப் பழைய தொடக்க நிலையாகும். (இந்தக் குலக்குறிகளே பின்னர் ஒரு கட்டத்தில் மனித வடிவு பெற்ற தெய்வங்களின் கையில் ஆயுதங் களாகவும், அணிகளாகவும் தெய்வ வாகனங்களாகவும் வளர்ச்சி பெற்றன.)

ஒவ்வொரு கட்டத்திலும் சமூக தேவைகள் மாற மாற, தெய்வங்களும் அவற்றின் பண்புகளும் மாறின. உதாரணமாக, வேட்டைச் சமூகத்தில் வேட்டையாடப்பட்ட விலங்குகள் ஊர்ப் பொது மன்றத்தில் கொண்டு வரப்பட்டு அந்த இனக்குழு

மக்களால் தமக்கு சமமாக அல்லது வேலைக்குத் தகுந்த அளவில் பங்கீடு செய்யப்பட்டன. இப்பங்கீடு தெய்வத்தின் பெயரால் செய்யப்பட்டது. பங்கீடு சரியாக இல்லாவிட்டால் தெய்வம் தண்டிக்கும் என்பது இனக்குழு மக்களின் நம்பிக்கை. இப்பங்கீட்டுத் தெய்வத்தைப் பற்றிய தொல்லெச்சம் போன்ற செய்திகள் பழைய இலக்கியங்களிலும் புராணங்களிலும் காணப்படுகின்றன. தமிழிலக்கியத்தில் இத்தெய்வம் பால் வரை தெய்வம் (பால் – பிரிவு) என்று கூறப்பட்டுள்ளது. இத் தெய்வத்தின் விருப்பத்தின் பேரில்தான் ஓர் ஆணும் பெண்ணும் சந்தித்து உறவு கொள்கின்றனர் என்பது பழந்தமிழர் நம்பிக்கை. ஆரியரின் ரிக் வேதத்தில் 'ரித' என்னும் பங்கீட்டுத் தெய்வம் மறைந்தது பற்றிய புலம்பல்கள் இடம் பெறுகின்றன. கரேக்கர் இப்பங்கீட்டுத் தெய்வத்தை 'மீர' (more) என்று அழைத்ததாகக் கரேக்கத்தின் பழைய புராணங்கள் பேசுகின்றன.

அடுத்த கட்ட வளர்ச்சியில், இவ்வகையான பங்கீட்டு வாழ்க்கை இனக்குழு மக்களிடையே மறைந்து போகிறது. பங்கீட்டுத் தெய்வமும் மறைந்து போகிறது. தமக்கு உரிய பங்கு கிடைக்கவில்லை என்ற நிலையில் சிலர் புலம்புகின்றனர். பிறகு பங்கீட்டுத் தெய்வங்கள் பற்றிய செய்திகள் கதையாக மிஞ்சுகின்றன. பின் அவையும் மறைந்து போய்விடுகின்றன. ஒவ்வோர் கட்ட வளர்ச்சியிலும் அதற்கு முந்திய கட்ட வளர்ச்சி அடியுரமாகப் போய்விடுகின்றது. ஆனால், விவசாயம் வளர்ந்தபோது கால்நடை வளர்ப்பு அழியவில்லை. மாறாக விவசாயத்தின் துணைத் தொழிலாகி விடுகிறது. உதாரணமாகக் கிருஷ்ணன், பலராமன் என்ற இரு தெய்வங்களை எடுத்துக் கொள்வோம். கிருஷ்ணன், விருஷ்ணி – யாதவர் எனப்பட்ட கால்நடை வளர்க்கும் தொழிலையுடைய இரு குழுக்களின் தலைவன் ஆவான். பலராமன், சாத்துவதர் எனப்பட்ட உழவர்களின் குழுத்தலைவன் ஆவான். காட்டில் மாடு மேய்ப்பவர்களின் இசைக்கருவியான புல்லாங்குழலைக் கிருஷ்ணன் கையில் பார்க்கிறோம். உழவர்களின் குழுத் தலைவனான பலராமனோ கையில் கலப்பை ஏந்தியுள்ளான்.

இத்தெய்வங்களைப் பற்றிய புராணக் கதைகளும், இவற்றின் இயல்பை நன்கு உணர்த்துகின்றன. பலராமன் நிறைய மது குடிப்பவன். ஒரு முறை மதுவெறியில் ஒரு மரத்தடியில் சாய்ந்து கொண்டு நீராடுவதற்காகத் தன்னிடம் வருமாறு யமுனை நதியை அழைக்கிறான். அவள் வர மறுக்கிறாள். உடனே தன் ஆயுதமான கலப்பையை வீசி எறிந்து அவளைத் தன்னிடத்திலே

வரவழைத்து விடுகிறான். இக்கதையின் உட்கிடை என்ன? பலராமன் வாழ்ந்த காலத்தில் அவன் தலைமை ஏற்ற சாத்துவதர் யமுனைக் கரையில் பல புதிய நீர்வழிகளைக் கண்டு விவசாயப் பயிர் நிலங்களைப் பெருக்கினர் என்பதே.

சனகன், காட்டு வாழ்க்கையில் நிலத்தைக் கலப்பை கொண்டு உழுதபோது நிலத்துக்குள் இருந்து வந்தவள் சீதை என்பது சீதையின் பிறப்பைப் பற்றிய கதை. இதன் பொருள், சீதை உழும் தொழிலையுடைய ஒரு குழுவிலிருந்து பிறந்த தெய்வம் என்பதுதான்.

கிருஷ்ணன் – பலராமன் கூட்டு அக்காலத்தில் யமுனை நதிக்கரையில் தங்கள் எதிரிகளுடன் போராடுவதற்காகக் கால்நடை வளர்ப்போரும், விவசாயம் செய்வோரும் தம்முள் அமைத்துக்கொண்ட கூட்டையே காட்டுகிறது.

கோடரியை ஆயுதமாக உடைய பரசுராமன் தந்தையின் ஆணையின் பேரில் தாயைக் கொன்றான் என்ற கதை இனக்குழு வளர்ச்சியின் ஒரு கட்டத்தில் தாய்வழிச் சமூக அமைப்பு, தந்தைவழிச் சமூக அமைப்பாக மாறியபோதுதான் பிறந்திருக்க வேண்டும். (பரசுராமன் ஏந்தியுள்ள கோடரி, வேட்டைச் சமூக வாழ்க்கையிலேயே ஓர் ஆயுதமாக இருந்தது. கர்நாடகத்தில் பிரம்மகிரி என்ற ஊரில் கண்டெடுக்கப்பட்ட கற்கருவிகளில் ஒரு கற்கோடரியும் உண்டு.) தாய்வழிச் சமூக அமைப்பு, தந்தைவழிச் சமூக அமைப்பாக மாறும்போது, வயது வந்த மகன் தந்தையைத்தான் ஏற்றுக்கொள்வான். இக்காலக் கட்டத்தில் குடும்பங்களில் முரண்பாடுகள் தோன்றும். பெண்ணை அடிமையாக்க ஆண் அதீதமான சில நிலைகளில், நடைமுறைக்கு ஒவ்வாத கற்பு நெறியைப் பெண்ணுக்கு விதிக்கிறான். கற்பு பத்தினித்தன்மை என்பதன் பெயரால் பெண்ணின் சுதந்திரம் பறிக்கப்படுகிறது. அம்முரண்பாட்டின் வெளிப்பாடே தந்தை ஏவியதனால் மகன் பரசுராமன் தாயைக் கொன்ற கதையாகும்.

ஒரு குறிப்பிட்ட கட்டத்தில் ஒவ்வொரு தெய்வத்தைப் பற்றியும் கதைகள் நிறையப் பெருகிவிடுகின்றன. ஓரளவு ஒற்றுமையுடைய தெய்வக் கதைகள் ஒன்றோடொன்று கலந்து விடுகின்றன. இரண்டு மூன்று தெய்வ வழிபாடுகள் ஒன்றாகக் கலந்து ஒரே தெய்வ வழிபாடாகப் பரிணமித்து விடுகின்றன. அநேகமாக இன்றுள்ள சிவ வழிபாடு, முருக வழிபாடு, விஷ்ணு (திருமால்) வழிபாடு இவையெல்லாம் பலவகை வழிபாடுகள்

ஒன்றாகக் கலந்து ஒரே தெய்வ வழி பாடாகப் பரிணமித் தவையே.

அரப்பா நாகரிகத்தின் பசுபதி வழிபாடு, வேதத்திலுள்ள ருத்ர வழிபாடு, தமிழ்நாட்டில் நிலவிய தறி வழிபாடு – இந்த மூன்றும் கலந்ததே சிவ வழிபாட்டின் அடிப்படை. வடஇந்தியாவில் பிறத்த கந்த வழிபாடு, தமிழ்நாட்டின் முருக வழிபாடு, கிழக்கிந்தியப் பகுதிகளில் பிறந்த கார்த்திகேய வழிபாடு – இவற்றின் கலவைதான் இன்றுள்ள முருக வழிபாடு. வாசுதேவ கிருஷ்ண வழிபாடு, பலராம வழிபாடு, வேதத்தின் நாராயண வழிபாடு இவை அனைத்தும் கலந்தே விஷ்ணு வழிபாடு உருவாயிற்று. இனக்குழு வாழ்க்கையுடைய மக்களின் வழிபாட்டு முறைகள், அரசுகள் உருவாகியபோது கலந்து பெருவழிபாட்டு நெறியாக (Cult) உருவெடுத்து, மதம் என்ற நிலைக்கு வளர்ந்தன.

சுருக்கமாகச் சொல்வதானால், ஆதி மனிதக் கூட்டம் உணவுத் தேவைக்காகவே அச்சத்தோடும், ஆச்சரிய உணர் வோடும் இயற்கையை வணங்கியது. சமூகத்தின் ஒவ்வொரு வளர்ச்சிக் கட்டத்திலும் சமூகத் தேவைகள் மாறி, வளர்ந்து, பெருகும்போது கதைகளும் புராணங்களும் அதற்குத்தக வளர்ந்தன. அரசுகள் உருவாகி வளர்ந்தபோது ஆளுங்கணம், ஆளப்படுவோர் என்ற நிலையில் தெய்வங்களும் பெருந் தெய்வங்கள், சிறுதெய்வங்கள் என்ற பிரிவுகளோடு அமைந்தன. பெருந்தெய்வக் கதைகள் எழுதப்பட்டுப் புராணங்கள் உருவாயின. சிறுதெய்வங்களின் கதைகள் உழைக்கும் மக்களின் நாவிலே பாட்டாக மலர்ந்தன. அவர்களின் நினைவிலேயே அக்கதைகள் தொடர்ந்து வந்தன. காலப்போக்கில் சில மறைந்தன. வேறு சில பெருவழிபாட்டு நெறிக்குள் கலந்து அவற்றால் உள்வாங்கப்பட்டு மறைந்தன.

சிறுதெய்வ நெறிகள்

சிறுதெய்வ ஆய்வு நாட்டுப்புறப் பண்பாட்டியலின் ஒரு பெரும் பிரிவாகும். இந்த வகையான ஆய்வு தமிழ்நாட்டில் கடந்த இருபத்தைந்து ஆண்டுகளாகத்தான் தொடங்கப்பட்டது. இந்த வகையான ஆய்வுச் சிந்தனையைத் தொடங்கியதில் 'தாமரை', 'ஆராய்ச்சி' போன்ற இதழ்களுக்குப் பெரும்பங்குண்டு.

சொல் விளக்கம்

முதலில், 'சிறு தெய்வம்' என்ற சொல்லின் தோற்றத்தை நோக்குவோம். முதன்முதலாக "சென்று நாம் சிறுதெய்வம் சேரோம் அல்லோம்" என்று அப்பர் தேவாரத்தில் பயின்று வருகிறது. இதன் காலம் கி.பி. ஏழாம் நூற்றாண்டு ஆகும். இதற்கு நேர்மாறாகப் 'பெருந்தெய்வம்' என்ற சொல்வழக்கு புறநானூற்றிலேயே காணப்படுகிறது. இரண்டு வேந்தர்களையும் ஒன்றாகக் கண்ட புலவர், "இரு பெருந்தெய்வமும் உடன் நின்றாஅங்கு" (பாடல் எண்: 58) என்று பலராமனையும் திருமாலையும் நினைத்துப் பாடுகிறார். எனவே. சமூகத்தின் அடித்தளத்து மக்கள் வழிபடும் கடவுளரைச் சிறு தெய்வங்கள் எனவும், மேல்தளத்து மக்கள் வழிபடும் தெய்வங்களைப் பெருந்தெய்வம் எனவும் குறிப்பிடும் வழக்கம் அக்காலத்திலேயே இருந்திருப்பதாகத் தெரிகிறது.

ஆய்வு நெறியில் 'சிறுதெய்வம்', 'பெருந்தெய்வம்' என்ற சொற்களைத் தாழ்ந்தவை, உயர்ந்தவை என்ற பொருளில் எடுத்துக் கொள்ள இயலாது. உண்மையில் சிறுதெய்வங்கள் எனப்படுபவையே மிகப்பழைய நம்பிக்கைகளையும் உணர்வு களையும் பேணி நிற்பவையாகும். இக்கட்டுரையில் சிறுதெய்வம் என்ற சொல் நாம் பழகிவிட்ட சொல் என்பதனாலேயே எடுத்தாளப்படுகிறது.

17ஆம் நூற்றாண்டில் குமரகுருபரர், "செத்துப் பிறக்கின்ற தெய்வங்கள் மணவாளன்" என்று முருகனைக் குறிப்பிடுகின்றார்.

இப்பாடலில் செத்துப் பிறப்பனவாக அவர் குறிப்பது சிறு தெய்வங்களையே என்று ஊகிக்கலாம்.

'சிறுதெய்வம்' என்ற சொல் எதைக் குறிக்கும்? சிறுதெய்வங்களின் முதற்பண்பு அவை பிராமணரால் பூசை செய்யப் பெறாதவை என்பதே. பிராமணப் பூசை இன்மையால் இவை இயல்பாகவே இரத்தப் பலி பெறும் தெய்வங்களாகின்றன. இவை, நாள்தோறும் ஆறுகாலப் பூசை பெறுவதில்லை. இவற்றின் திருவிழாக்களில் 'சாமியாட்டம்' இடம்பெறும்.

வழிபடுவோர்

சிறுதெய்வ வழிபாடு சமூகத்தில் எப்பிரிவினரிடம் தொல்வழக்காக உள்ளது என்பது அடுத்த கேள்வி. பொதுவாக, பிராமணரல்லாத எல்லாச் சாதியினரும் சிறுதெய்வ வழிபாட்டை உடையவர்கள் ஆவர். பிராமணரல்லாத உயர் சாதியாரிடமும் – புலாலுண்ணாத வேளாளரிடத்தில் – சிறுதெய்வ வழிபாடு மிகக்குறைவாக உள்ளது. நிலவுடைமை அமைப்பில் பிற எல்லாச் சாதியாரும் சிறுதெய்வ வழிபாட்டில் ஈடுபட்டவரே.

கோயில் அடையாளம்

சிறுதெய்வக் கோயில்கள் சிறியவை. சில இடங்களில் அவை கட்டிடமின்றி அமைதலும் உண்டு. இன்னும் சில இடங்களில் மரங்களும், புதருமே தெய்வமாகக் கருதி வழிபடப் பெறும். மரங்கள் பெரும்பாலும், வேம்பு, பனை, உடை, பூவரசு ஆதியவையாக இருக்கும். பெண் தெய்வக் கோயில்கள் பெரும்பான்மை வடக்கு நோக்கியும் சிறுபான்மை கிழக்கு நோக்கியும், ஆண் தெய்வக் கோயில்கள் கிழக்கு நோக்கியே அமைவதும் மரபாகும். ஒரு சிறு தெய்வக் கோயிலில் பெரும்பாலும் ஒரு தெய்வம் அல்லது மூன்றிலிருந்து இருபத்தொரு தெய்வங்கள் வரை வடக்கு, கிழக்கு, தெற்கு நோக்கி அமைந்திருக்கும்.

பெயர்கள்

சிறுதெய்வங்களின் பெயர்கள் பெருந்தெய்வங்களின் பெயர்களிலிருந்து தெளிவாகவே வேறுபட்டு நிற்கின்றன. ஆண் சிறு தெய்வங்களின் பெயர்கள் பொதுவாக அய்யா, அப்பன், அடியான், சாமி முதலிய விகுதிகளோடும் (கருப்பையா,

இருளப்பன், பனையடியான். கருப்பசாமி, பெண் தெய்வங்களின் பெயர்கள் அம்மன், நாச்சி, கிழவி முதலிய விகுதிகளோடும் (முத்தாலம்மன், பெரியநாச்சி, அரியாக்கிழவி) அமைத்திருக்கும்.

கோயில் அமையும் இடங்கள்

இச்சிறுதெய்வக் கோயில்கள் பொதுவாக ஊர் மந்தை, ஊரின் எல்லை, குளக்கரை, கண்மாய்க்கரை, களத்துமேடு, வயற்புறம், அழிந்த கோட்டைகளின் வாசற்பகுதி இருந்த இடம், நெடுஞ்சாலை ஓரம் முதலிய இடங்களில் அமைந்திருக்கும். அந்த இடங்கள் அனைத்தும் காவலுக்குரிய இடங்கள் ஆகும். எனவே பெரும்பாலான ஏறு தெய்வங்கள் காவல் தெய்வங்களாக அமைவனவே.

உருவம்

பெண் சிறுதெய்வங்கள் பீடத்தின் மேல் அமர்ந்த கோலத்தில் இரண்டு கைகளோடு, தலையில் வெவ்வேறு வகையான மகுடங்களுடன் இருக்கும். கையில் வேல். வடிந்த காது, கழுத்தில் காறை, கையில் வளை, காலில் தண்டை ஆகியவற்றோடு அமைந்திருக்கும். ஒன்றிரண்டு தனித்த வேறுபாடுகளும் உண்டு. எடுத்துக்காட்டாக, உச்சினி (உஜ்ஜயினி) மாகாளியம்மன் இடது உள்ளங்கையில் கபாலம் ஏந்தியிருக்கும். சில பெண் தெய்வங்கள் இடுப்பில் குழந்தை வைத்திருப்பதாக நாட்டுப்புறப் பாடல்களிலும், வழக்கு மரபுகளிலும் செய்திகள் உள்ளன. ஆண் தெய்வங்கள் நின்ற கோலத்திலும், ஒரு காலை மட்டும் முழங்காலிட்ட கோலத்திலும், தவழ்ந்த கோலத்திலும் காணப்படும். ஒரு காலை முழந்தாளிட்ட நிலைமையில், ஒரு கை (வலக்கை) ஓங்கிய நிலையில் ஆயுதம் ஏந்தி இருக்கும் இத்தோற்றத்தில் அமைந்த தெய்வங்களை 'நொண்டி சாமி' என்பார்கள். தவழ்ந்த கோலத்தில் அமைந்த தெய்வங்களை 'சப்பாணி' என்பார்கள். தெய்வ உருவங்கள் பெரும்பான்மை கல்லிலும், சிறுபான்மை மண்ணாலும் அமைந்திருக்கும். மண்ணால் (சுதையால்) அமைந்த தெய்வங்கள் வண்ணங்கள் பூசப்பெற்றவையாக இருக்கும்.

கிடந்த கோலத்தில் ஒரே ஒரு தெய்வம் மட்டும் கள ஆய்வில் இதுவரை காணப்பட்டுள்ளது. நெல்லை மாவட்டத்தின் மேற்குப் பகுதியிலும், குமரி மாவட்டத்தின் சில பகுதிகளிலும் காணப்படும். இத்தெய்வத்திற்கு 'வண்டிமலைச்சியம்மன்' என்று

பெயர். இந்தப் பெயருடைய அம்மன் கோயில்களில் மல்லாந்த நிலையில் ஆணும் பெண்ணுமாக இரண்டு உருவங்கள் மிகப் பெரிய அளவில் மண்ணால் அமைக்கப்பட்டிருக்கும்.

சிறுதெய்வமா, பெருந்தெய்வமா என்று அறுதியிட்டுரைக்க முடியாதபடி மிகச் சில தெய்வங்கள் உள்ளன. அவற்றுள் ஒன்று 'காமாட்சி அம்மன்' ஆகும். பழம்பெரும் கோயில்களில் ஒன்றான காஞ்சிபுரம் காமாட்சியம்மன் கோயில் ஒரு பெருந்தெய்வக் கோயிலாகும். ஆயினும், தமிழ்நாட்டின் கிராமப்புறங்களில் காமாட்சியம்மன் பிராமணப் பூசையின்றி இரத்தப் பலி பெறும் சிறுதெய்வமாகவே காணப்படுகிறது. எனவே, காமாட்சியம்மன் முதலில் சிறுதெய்வமாக இருந்து, இடைக்காலத்தில் பெருந்தெய்வமாக மாற்றப்பட்டிருக்கிறது என்பது தெரிகிறது.

உருவமில்லாதன

சிறுதெய்வக் கோயில்களில் உருவம் இல்லாதன, உருவம் உடையன என இரு வகை உண்டு. மரங்களையே தெய்வங் களாக வழிபடுதல் ஒரு வகையாகும். சில இடங்களில் கல்லாலான கழுமரங்களே வழிபடப் பெறுகின்றன. சில இடங்களில் பீடங்கள் மட்டும் உருவமின்றி வழிபடப் பெறுகின்றன. அழகர்கோயிலில் பதினெட்டுப் படிகளும். படிகளுக்கு முன்னமைந்த இரண்டு கதவுகளுமே தெய்வமாகக் கருதி வழிபடப் பெறுகின்றன. இன்னும் சில இடங்களில் நடப்பட்ட குத்துக்கற்களில் தெய்வம் உறைவதாக நம்பி வழிபடுவர். தெய்வங்கள் பந்தியாக (வரிசையாக 21 தெய்வங்கள்) அமைந்த கோயில்களில் முக்கியமான ஒன்றிரண்டு மட்டும் உருவங்களாகவும், பிற தெய்வங்கள் பீடங்களாகவும் வழிபடப்படுகின்றன.

வழிபடு கடவுளர் இயல்பு

உருவமுடைய சிறுதெய்வங்கள் எல்லாம் அவை ஆணாயினும் பெண்ணாயினும் ஆயுதங்களை ஏந்தியிருப்பது அவற்றின் பொதுப் பண்பாகும். எனவே, சிறுதெய்வங்கள் அனைத்தும் வீரவழிபாட்டுத் தெய்வங்கள் எனக் கருதப்படு கின்றன. தன்னுடைய ஊரை, ஊரின் கால்நடைகளை, கண்மாய் நீரை, பெண்களை, விளைந்த பயிர்களைக் காக்கின்ற சண்டையில் உயிர் துறந்த ஆண்கள் எல்லாம் வீரவழிபாட்டிற்கு

உரியவர்களாவர். இவர்களுக்குத் தனிப்பெயர் இருந்தாலும் வேடியப்பன், பட்டவன் என்ற பொதுப் பெயர்களில் வட மாவட்டங்களிலும்; மதுரை, முகவை மாவட்டங்களில் கருப்பசாமி என்ற பொதுப் பெயரிலும்; நெல்லை குமரி மாவா டங்களில் சுடலைமாடன் என்ற பொதுப்பெயரிலும் இத்தெய்வங்கள் அடங்கிவிடும். இப் பொதுப்பெயர்கள் பொது வழிபாட்டு நெறி ஒன்றை உருவாக்கிவிடுகின்றன.

பெண தெய்வங்களில் பகைவரால் கொல்லப்பட்டோர், பாலியல் வன்முறையை எதிர்க்கும் முயற்சியில் இறந்தோர் பாலியல் வன்முறையிலிருந்து தப்பிக்கவும், அதை எதிர்க்கவும் தற்கொலை செய்துகொண்டோர், கணவனோடு உயிர் நீத்தோர்யோரே வீரவழிபாட்டுக்கு உரியவராவர். பொதுவாக வீர வழிபாட்டிற்கு உரியவர்கள் எல்லாம் அகால மரணத்தைச் சந்தித்தவர்கள் ஆவர்.

வீரவழிபாட்டு நெறியில் இரண்டு சாரார் ஒரே தெய்வத்தை வழிபடுவதும் உண்டு. கொல்லப்பட்ட வீரனைச் சார்ந்த பிரிவினர் அவன் வீரத்தையும், பிற வரங்களையும் வேண்டி வழிபடுவர். கொன்ற பிரிவினர் கொல்லப்பட்ட வீரனின் ஆவியால் தாங்கள் பழிவாங்கப்படக் கூடாது என்பதற்காக 'சமாதானம்' (சாந்திச் சடங்குகள்) செய்து வணங்குவர்.

பொதுவாகப் பெண் தெய்வ வழிபாடுகள் உடல் வளம், மன வளம், மசுப்பேறு வளம், பயிர் வளம் இவற்றையே குறிக்கோளாகக்கொண்டு நடைபெறும். அதாவது, மக்களையும் பயிர்களையும் நோய் வராமல் காத்தல், வந்த நோயிலிருந்து காத்தல், மனநலக் குறைவைச் சரிசெய்தல், மகப்பேற்று வரந்தருதல், பயிரை நன்றாக விளையச் செய்தல் ஆகியவையே பெண் தெய்வத்தின் கடமைகளாக அமைகின்றன.

பூசாரி

சிறுதெய்வக் கோயில்களில் பிராமணரல்லாதாரே பூசாரிகள் ஆவர். பள்ளர், பறையர், சக்கிலியர், நாவிதர், வண்ணார் ஆகிய சாதியாரின் கோயில்களில் பெரும்பாலும் அவ்வச்சாதியாரே பூசாரிகளாக இருப்பர். பிற மேல்சாதியாருக்கு உரிமையான கோயில்களில் மண்பாண்டங்களும், மண்ணில் தெய்வ உருவங்களும் செய்யும் குயவர் (வேளார்) சாதியாரும், நந்தவனம் வைத்துப் பூத்தொடுக்கும் பண்டாரம் எனப்படும் சாதியாரும், உவச்சர் (கம்பர்) சாதியாரும் பூசாரிகளாக இருப்பர். ஒன்றிரண்டு

கோயில்களில் அவ்வச்சாதியாரே (மறவர், கள்ளர்) பூசாரிகளாக இருப்பார்கள். பொதுவாகப் பிற தெய்வக் கோயில்களைப் போலச் சிறுதெய்வக் கோயில்களில் ஆறுகால பூசைகள் நடப்பதில்லை.

சாமியாடி – தோற்றமும் ஆட்டமும்

பெரும்பாலும் சிறுதெய்வக் கோயில்களில் பூசாரிகள் சாமியாடிகளாக இருப்பதில்லை. வழிபடும் அடியவர்களிலேயே ஓரிருவர் சாமி ஆடுவர். இரண்டு மூன்று சாதிகளுக்குரிய கோயில்களில் சாதிக்கொரு சாமியாடியும் உண்டு. பெண் தெய்வக் கோயில்களில் ஆண்களும் ஆண் தெய்வக் கோயில்களில் பெண்களும் அடுவதுண்டு. சாமியாட்டம் திருவிழாக் காலங்களில் மட்டுமே நடைபெறும்.

சாமியாடுவோர் ஆண்களாக இருப்பின் வேட்டியை வரிந்து கட்டியும், பெண்களாக இருப்பின் தலைமுடியை விரித்துப்போட்டும் சாமியாடுவர். சாமி ஆடுபவர் கையில் வேப்பிலையும், எலுமிச்சம் பழமும் இருக்கும். அந்தக் குறிப்பிட்ட சிறுதெய்வத்திற்குரிய ஆயுதங்களான அரிவாள், வாங்கரிவாள், சிறு பிரம்பு, பூண் கட்டிய தடிக்கம்பு, சாட்டை, வாள், கட்டாரி ஆகியவற்றில் ஒன்றை ஏந்தி ஆடுவர்; தீப்பந்தம், தீச்சட்டி ஏந்தியும் ஆடுவதுண்டு. மதுரை, நெல்லை, குமரி மாவட்டங் களில் ஒருவர் நீர்க்கரகம் எடுத்துத் தெய்வப் பிரதிநிதியாக ஆடுவார். அவருக்குக் 'கோமறத்தாடி' எனப் பெயர். அவர் மஞ்சள் ஆடையும், கையில் வெள்ளிக் கடகமும், மஞ்சள் காப்புக்கயிறும் அணிவார். சில சிறுதெய்வக் கோயில்களில் சிவப்பு வண்ணக் கால்சட்டையுடன் காலில் சலங்கை கட்டி ஆடுவர். சிவப்புக் கால்சட்டையோடு, சிவப்புத் தொப்பியணிந்து ஆடுவதும் உண்டு. பொதுவாக எல்லாச் சிறுதெய்வக் கோயில்களிலும் சாமி ஆடுவோர், திருவிழாவிற்கு முன்னர் 10 அல்லது 15 நாள் தொடங்கிப் புலால் உண்பதைத் தவிர்த்தும், உடலுறவைத் தவிர்த்தும் விரதமிருப்பர். இன்னும் சில கோவில்களில் பூசை செய்யும் நேரத்தில் பூசை செய்வோர் வாயினை ஒரு வெள்ளைத் துணியினால் கட்டிக்கொள்வர்.

சிறுதெய்வக் கோயில்களில் நடைபெறும் சாமியாட்டம் அல்லது தெய்வ ஆட்டம் பலவகைப்படும். பெரும்பாலும் 'திமிரி' என்னும் சிறிய வகை நாட்டுப்புற நாதஸ்வர இசைக்கும், மேளத்திற்கும் ஏற்ப ஆண்களும் பெண்களும் குதித்தாடுவார்கள்.

பெண்கள் தலை மயிர் விரித்த தலையை முன்னும் பின்னுமாக ஆட்டி ஆடுவார்கள்.

பொதுவாக ஒரு சிறுதெய்வம் இரண்டொருவர் மீது மருள்கொண்டு இறங்கும். 'மருளாடி', 'சாமியாடி', 'கோமறத்தாடி' என ஒவ்வொரு வட்டாரத்திற்கும் சாமியாடுவோர் பெயர் வேறுபடும். சாமியாடுவோரில் ஒருவர் மட்டுமே தெய்வத்தின் பிரதிநிதி போலக் கையிலோ தலையிலோ கரகம் வைத்து ஆடுவார். பிறர் ஆயுதங்களை ஏந்தியோ, வேப்பிலை, எலுமிச்சம்பழம் மட்டும் கையில் வைத்துக்கொண்டோ ஆடுவர். ஆடுவோர் எல்லோரும் கழுத்தில் பூ மாலை அணிவர்.

பொதுவாக இவ்வகையான ஆட்டம் தவிர வெவ்வேறு வகையான ஆடல்களும் சில இடங்களில் நடைபெறும். இவற்றுள் வட்டார வேறுபாடும் உண்டு. தென் மாவட்டங்களில் தான் இப்பொழுது பல்வகையான ஆட்டங்களைக காண முடிகிறது.

விழாக்களும் இரத்தப் பலியும்

சிறுதெய்வக் கோவில்களில் திருவிழாக்கள், பெரும்பாலும் மாசி மாதத்தில் மகா சிவராத்திரியன்று நடைபெறும். இத் திருவிழாவினை 'மாசிக்களரி' என்பர். நெல்லை, குமரி மாவட்டங்களில் மட்டும் பங்குனி மாதம் உத்திர நட்சத்திரத்தில் நடைபெறும். திருவிழாக்களின் உச்சக்கட்ட நிகழ்ச்சியாக இரத்தப்பலி நடைபெறும். எருமைக்கடா, ஆட்டுக்கடா, சேவல், பன்றி அகியவை பலியிடப்பெறும்.

பொதுவாகத் தமிழ்நாட்டில் கோவை மாவட்டத்தில் ஓரிரு இடங்களைத் தவிர எருமைக்கடா பலிகொடுக்கும் வழக்கம் நின்றுவிட்டது. எருமைக்கடா பலிபெறும் பெண் தெய்வங்கள் மைசூர்ப் பகுதயில் உருவான மகிஷாசுரமர்த்தனி (எருமைத்தலை அரக்கனைக் கொன்ற காளி) வழிபாட்டில் இருந்து கிளைத்திருக்க வேண்டும். அலைந்து திரியும் சாதியரான நரிக்குறவர் இக்காலத்திலும் தங்கள் தெய்வத்துக்கு எருமைக்கடா பலி கொடுக்கின்றனர்.

விதிவிலக்காக அன்றிப் பெண் விலங்குகளையோ, பறவை களையோ பலிகொடுக்கும் வழக்கம் வழிபாட்டு நெறிகளில் இல்லை. இரத்தப் பலி என்பது பொதுவாக அண் விலங்குகளையும் பறவைகளையுமே குறிக்கும். உயிர்ப்

பெருக்கத்திற்குக் காரணமான பெண் உயிர்களைப் பலி கொடுத்தால் தெய்வம் தண்டிக்கும் என்னும் தொல்பழைய நம்பிக்கையே இதற்குக் காரணம். சங்க இலக்கியத்தில் நன்னன் என்னும் மன்னன் ஒருவன் பெண் கொலை செய்து பெரும்பழி ஏற்றதனைச் சங்க இலக்கியம் பதிவு செய்துள்ளது.

தாழ்த்தப்பட்ட சாதியாரான சக்கிலியர் போன்ற சாதிகளில் மட்டுமே பன்றியைப் பலி கொடுப்பர். வெட்டப்பட்ட மிருகத்தின் தலையினை மட்டும் எடுத்து தெய்வத்திற்கு நேர் எதிரே கோயிலுக்கு உள்ளாகவோ, வெளியிலோ அமைந்திருக்கும் பலிபீடத்தின் மேல் வைப்பர். சில தெய்வங்களுக்குப் பலியிடும் விலங்கின் தலையை வெட்டாமல் நெஞ்சினைக் கீறி இருதயத்தை மட்டும் எடுத்துப் பலிபீடத்தின் மேல் வைப்பர்.

பெண் தெய்வங்களில் ஒரு சில தெய்வங்களுக்கு இரத்தப் பலி தரும்போது, நிறை சினையாகவுள்ள பெண் ஆட்டைத் தேர்ந்தெடுத்து, ஊருக்கு வெளியே அதைக் கொண்டுபோய் அதன் வயிற்றைக் குத்திக் கிழித்து, உள்ளே இருக்கும் ஆட்டுக் குட்டியைத் தனியே வெளியே எடுத்துக் கோயில் தெய்வத்தின் பலிபீடத்தில் வைப்பர். இதற்குச் 'சூலாடுகுத்துதல்' அல்லது 'துவளக்குட்டி' எனப் பெயர். ஒரு கோயிலில் ஒன்றுக்கு மேற்பட்ட தெய்வங்கள் இருந்தால் ஒவ்வொன்றுக்கும் தனித்தனி பலிபீடமும் இருக்கும்.

தெய்வங்கள் வரிசையாக அமைந்த கோயில்களில் 'அய்யனார்' இருப்பினும் அது இரத்தப் பலி பெறாத தெய்வமாகும். எனவே அதே வளாகத்திலுள்ள பிற தெய்வங்களுக்கு இரத்தப் பலி இடும்போது, இரத்தப் பலி பெறாத அய்யனார் போன்ற தெய்வ உருவங்களைத் திரையிட்டு மறைத்துவிடுவர். இரத்தப் பலி பெறாத தெய்வங்களை நாட்டுப்புறத்து வழக்கு மரபில் 'சுத்தமுகத் தெய்வம்' என்று கூறுவர்.

பிற படையல்

சிறுதெய்வங்களுக்குப் படைக்கப்படும் உணவு வகை என்று எதையும் குறிப்பிட இயலவில்லை. திருவிழாவில் இறுதி நிகழ்ச்சியாகச் சில தெய்வங்களுக்கு ஊன் (ஆட்டுக்கறி) கலந்த சோறு படைக்கப்படுகிறது. நெல்லை மாவட்டத்தில் இதற்குச் 'சோறு' எனப் பெயர். குமரி மாவட்டத்தில் 'ஊட்டுக் கொடுத்தல்' என்பர். பொதுவாக, சிறுதெய்வக் கோயில்களில்

வழிபடுவோர்க்கு திருநீறு பிரசாதமாக வழங்கப்படுகிறது. 'தெய்வம் தன்மீது குடிகொண்டுவிடும்' என்ற அச்சத்தினால் குறிப்பிட்ட சில சிறுதெய்வக் கோயில்களில் தரப்படும் (தெய்வத்திற்குச் சூட்டிய) பூவினைப் பெண்கள் அணிவதில்லை.

நேர்த்திக் கடன்

காணிக்கை அல்லது நேர்த்திக்கடனாகச் சிறுதெய்வக் கோயில்களுக்கு நெல் முதலிய தானியங்கள் தரப்படுகின்றன. குழந்தைப்பேறு இல்லாதவர்கள் குழந்தைவரம் வேண்டி 'பிள்ளைத் தொட்டில்' (மரத்தாலான மிகச்சிறிய தொட்டில்) செய்து கோயிலில் தொங்கவிடும் வழக்கமும் பரவலாக உள்ளது. எல்லாச் சிறு தெய்வக் கோயில்களிலும் தெய்வத்திற்குரிய ஆயுதங்களையும் (வேல், வாள். தடி, கட்டாரி, அரிவாள்), சாட்டை, பாதுகை, மணி, தருநீற்றுக் கப்பரை முதலியன வற்றையும் அடியவர்களே நேர்த்திக் கடனாகச் செய்து தருகின்றனர்.

சமூக மாற்றம்

இருபதாம் நூற்றாண்டில் சமூக மாற்றங்கள் காரணமாகப் பெண் சிறுதெய்வங்களில் சில பெருந்தெய்வமாக மாற்றப் பட்டுள்ளன. இரத்தப் பலியினை நிறுத்துவது, பெருந்தெய்வ கோயில்களைப் போலப் புரட்டாசி மாதம் நவராத்திரித் திருவிழாவினைக் கொண்டாடுவது, சில இடங்களில் பிராமணரைப் பூசாரியாக்குவது முதலிய படிநிலைகளிஸ் மாற்றங்கள் ஏற்பட்டுள்ளன. சில கோவில்களில் 'சாமியாட்டம்' காலப்போக்கில் ஆடுவோரின்றி மறைந்து இம்மாற்றத்திற்கு மேலும் துணை செய்கிறது. ஒரு கோயிலை வழிபடும் அடியவர்கள் சமூக மாற்றங்களினால் பொருளாதார வலிமை பெறுவதும், பணக்காரர் அறங்காவலர் பொறுப்புக்கு வருவதும் இம்மாற்றத்திற்கு அடிப்படைக் காரணங்களாகும். இம்மாற்றமும் நகர்ப்புறங்களில்தான் பெருமளவில் நடந்துள்ளது.

அடிதொழுதல்

இருபதாம் நூற்றாண்டுத் தமிழ்ச் சமூகம் பல புதிய மாற்றங்களைக் கண்டிருக்கிறது. அவற்றுள் சில தனிமனித ஒழுக்கம் சார்ந்தவை. அந்நூற்றாண்டின் தொடக்கத்தில் ஒரு தனிமனிதனின் காலில் மற்றொரு மனிதன் விழுந்து வணங்குவது, மானக் குறைவான செயல் என்ற எண்ணம் அரும்பியது. பின்னர் அது வளர்ந்தது. இப்பொழுது மீண்டும் அந்த வழக்கம் உயிர்த்தெழுந்துள்ளது. பொதுவாழ்க்கையில் ஈடுபட்டுள்ளோர் பலர் எந்தவித வரைமுறையின்றி நாள்தோறும் தனிமனிதரின் காலில் விழுந்து எழுகிறார்கள். நம்முடைய கலாச்சாரம் 'காலாச்சாரம்' ஆகிவிட்டது எனச் சிந்தனையாளர்கள் புலம்புகின்றனர். இந்தச் சூழ்நிலையில் நம்முடைய பண்பாட்டில் இந்த வழக்கம் எவ்வாறு தோன்றி காலந்தோறும் வளர்ந்து வந்துள்ளது எனப் பார்ப்பது அவசியம்.

அரசுகளும் நகர நாகரிகமும் வளர்ச்சி அடையாத காலகட்டத்தில், அதாவது இனக்குழுப் பண்பாடே பொதுப் பண்பாடாக் நிலவிய ஒரு சமூக அமைப்பில் இவ்வழக்கம் தோன்றியதாசவோ, சமூக மதிப்பைப் பெற்றிருந்ததாகவோ தெரியவில்லை. பின்னர், ஏறிய அளவில் அரசுகள் தோன்றி அரசர்கள் தமக்குள் போரிட்டுக்கொள்கின்றனர். வென்றவனின் காலில் தோற்றவன் விழுந்து தன்னுடைய தோல்வியை ஏற்றுக்கொள்கிறான். 'அடிவீழ்தல்' என்ற சொல் தோற்றவன் கட்சியினையும் 'அடி புறந்தருதல்' (காலடியில் விழ வைத்தல்) என்ற சொல் வென்றவனின் வீரத்தையும் விளங்க வைப்பதனைச் சங்க இலக்கியத்தில் காண்கிறோம் : "மெல்ல வந்தென் நல்லடி பொருந்தி" (புறம் : 73), "அடி புறந்தருகுவர் நின் அடங்காதோரே" (புறம் : 35).

அரசியல் தவிர்ந்த சமூகத்தின் மற்ற அமைப்புகளில் ஒருவர் மற்றவர் காலடியில் விழுந்து வணங்கியதாகச் செய்திகள் சங்க இலக்கியத்தில் கிடைக்கவில்லை.

சங்கமருவிய காலத்தில் தமிழ்நாட்டில் நிறுவன மதங்கள் காலூன்றத் தொடங்கின. (சங்க காலத்தில்தான் வடநாட்டு மதங்களான சமணமும் பௌத்தமும் இறக்குமதியாயின)

தமிழ்நாட்டில் விரைவாகப் பரவத் தொடங்கிய சமண மதம் கடவுட் கோட்பாட்டினை ஏற்றுக்கொள்ளவில்லை. ‘வினை நீத்த அறிவர்களான துறவிகளே’ அந்த மதத்தில் வழிபாட்டிற் குரியவராயினர். எனவே துறவிகளின் காலடிகளில் விழுந்து வணங்கும் முறை அம்மதத்தில் நிலவியது. இந்த வணக்க முறையினைக் கருதி வணக்கத்திற்குரிய துறவிகளும், ‘அடிகள்’ எனப்பட்டனர். சமணத் தீர்த்தங்கரர்களுக்குச் சிலை அமைத்து வழிபடும் முன்னர் இரண்டு காலடிகளை மட்டும் செதுக்கி வழிபடும் முறை நடைமுறையில் இருந்தது. சிலைகள் உருவான பின்னரும் கூடச் சில இடங்களில் பாதங்களை மட்டும் வடித்து வழிபடும் வழக்கம் தொடர்ந்து வந்தது. சமண மதம் ஆணைவிடப் பெண் தாழ்ந்தவள் எனக் கருதிய மதம். எனவே, அடுத்த கட்ட வளர்ச்சியாகச் சமணர் குடும்ப அமைப்பில் கணவன் காலடியில் மனைவி விழுந்து வணங்கும் நியதி உருவாயிற்று. ‘கொழுநன் தொழுதெழுவாள்’ என்று திருவள்ளுவர் பெண்களைக் குறிப்பதும் இவ்வகையில்தான்.

தமிழகத்தில் உருவான காலடி வணக்கம் பற்றிய செய்திகளை சிலப்பதிகாரத்தில் நிறையக் காண்கிறோம். இளங்கோவடிகள், கவுந்தியடிகள் என்ற பெயர் வழக்குகள், துறவிகளான அவர்கள் காலடி வணக்கத்திற்குரியவர்கள் என்று காட்டுகின்றன. “முடிகெழு வேந்தர் மூவர்க்குமுரியது அடிகள் நீரே அருளுதிர்” என்கிறார் சாத்தனார். ஆய மகளான மாதரி, துறவியான “கவுந்தி ஐயையைக் கண்டு அடிதொழுது” வணங்குகிறாள்.

சிலம்பின் காலத்திலேயே கணவனின் காலடியில் மனைவி விழுந்து வணங்கும் வழக்கமும் தமிழகத்தில் உருவாகி நிலை பெற்றிருக்க வேண்டும். இக்காலத்தில் மனைவி கணவனை ‘அடிகள்’ என்றே அழைக்கிறாள்.

‘அமுதம் உண்க அடிகள் ஈங்கென’க் கண்ணகி கோவலனை உணவுண்ண அழைக்கிறாள். மனைவியின் நிலையில் கருதப் பட்ட மாதவியும் ‘அடிகள் முன்னர் யானடி வீழ்ந்தேன்’ என்று தொடங்கி, கோவலனுக்குக் கடிதம் எழுதுகிறாள். அக்கடிதத்தைக் கோவலன் பெற்றோருக்கு அனுப்பும்போது தன் பெற்றோரை ‘அடிகள்’ என்றே குறிப்பிடுகிறாள். எனவே, சிலம்பின் காலத்தில் துறவிகளோடு குடும்ப அமைப்பில் கணவன், பெற்றோர் ஆகியோரும் காலடி வணக்கத்திற்கு உரியவராகக் கருதப் பட்டுள்ளனர். அக்காலத்தில் ‘அடிகள்’ என்ற சொல் புற வாழ்க்கை சார்ந்ததாக அதாவது அரசன், கடவுள் ஆகியோரைக்

குறிக்கப் பயன்படுத்தப்படவில்லை; துறவிகளையும் குடும்ப அமைப்பில் மரியாதைக்குரியவர்களையும் குறிக்கவே பயன்படுத்தப்பட்டு வந்தது.

பக்தி இயக்கம் எழுந்தபோது சமண, பௌத்த மதங்கள் தளர்வடையத் தொடங்கின. ஆனால் அதற்குச் சற்று முன்னரே அடிகள் என்ற சொல்லும் அதற்குரிய பொருளும் சைவ வைணவ மதங்களைப் பாதித்துவிட்டன. செங்குட்டுவன் சிவதீக்கை பெற்றவன் என்பதை

தெண்ணீர் கரந்த செஞ்சடைக் கடவுள்
வண்ணச் சேவடி மணிமுடி வைத்தலின்

என்கிறார் இளங்கோவடிகள். தேவாரத்திலும் நாலாயிர திவ்வியப் பிரபந்தத்திலும் கடவுளைக் குறிக்க 'அடிகள்' என்ற சொல் பலமுறை பயன்படுத்தப்பட்டு உள்ளது.

நனைந்தனைய திருவடி என் தலைமேல் வைத்தார்
நல்லூர் எம் பெருமானார் நல்லவாறே
(திருநல்லூர் – திருத்தாண்டகம்)

என்று இறைவன் காலடிகளைத் தலைமேல் தாங்கும் தீக்கை முறையினைக் குறிப்பிடுகிறார் திருநாவுக்கரசர். சிவபெருமானின் காலடிகள் அப்பூதி நாயனாரின் தலையில் பூவாக விளங்கியது என்கிறார் அவர். 'அழலோம்பும் அப்பூதி குஞ்சிப்பூவாய் நின்ற சேவடி' என்பது அவர் பாட்டு.

குடும்ப அமைப்பிலிருந்து பக்தி இயக்கத்திற்குத் தாவிய இவ் வழக்கம் மீண்டும் குடும்ப அமைப்பில் வலிமை பெறுகிறது. தன்னை மனைவியாக ஏற்றுக்கொள்ளுமாறு ஆண்டாள் திருமாலை வேண்டுகிறார். கணவனின் காலில் விழுந்து வணங்குவது மட்டுமல்ல மனைவி செய்ய வேண்டியது; அடிமை உணர்வோடு அவனுக்குக் கால் பிடித்தும் விட வேண்டும் என்னும் கருத்து அவர் பாடலில் வெளிப்படுகிறது.

கேசவ நம்பியைக் கால் பிடிப்பாள்
எனுமிப்பேறு அருளு கண்டாய்

என்பது நாச்சியார் திருமொழியில் அவரது வேண்டுகோளாகும்.

பக்தி இயக்கம் தொடங்கியபோது 'திருவுடை மன்னரைக் காணின் திருமாலை கண்டேனே' என்று அரசனும் கடவுளுக்கு ஒப்பாகக் கருதப்பட்டான். எனவே பக்தி இயக்கத்தின் இறுதிக் கட்டத்தில் 'அடிகள்', 'பெருமான்அடிகள் என்ற சொற்கள்

அரசனைக் குறிக்கவும் பயன்படுத்தப்பட்டிருக்கின்றன.

கி.பி. 9ஆம் நூற்றாண்டில் பல்லவ மன்னன் அபராஜிதன் காலத்தில் நம்பியப்பி என்பவன் திருத்தணிக் கோயிலைக் கற்கோயிலாக மாற்றினான். இவனைப் பாராட்டி அரசன் பாடிய வெண்பாவிற்குக் கீழ் 'இது பெருமான் அடிகள் தாம் பாடி அருளித்து' என்ற கல்வெட்டுத் தொடர் காணப்படுகிறது. இக்காலம் தொடங்கிப் பெரும்பாலான கல்வெட்டுகள் அரசனைப் 'பெருமான்அடிகள்' என்று குறிப்பிடுகின்றன. இங்கே "பெருமானடிகள் இராஜதேஜஸ்வாரா நிற்க" எனப் பல்லவனையும், "பெருமானடிகள்மேல் பல்லவரையர் படை வந்து" எனக் கங்கவரசனையும், "வீரசோழப் பெருமானடிகள்" எனச் சோழனையும் "பெருமானடிகள் உள்ளன்பு மிக்குள்ள இரணகீர்த்தி" எனப் பாண்டியனையும் குறிப்பதை மு. இராக வையங்கார் (சாசனத் தமிழ்க்கவி சரிதம், ப.26. 1958) எடுத்துக் காட்டுகிறார். பிற்காலச் சோழர் கல்வெட்டு ஒன்று அரசன் மனைவியை 'முக்கோக்கிழான் அடிகள்' என்று குறிப்பிட்டு அரசன் மனைவியும் பாதவணக்கத்திற்குரியவள் என்று விளக்குகிறது.

ஊடற்காலத்தில் மனைவி காலில் கணவன் விழுவதைச் சிற்றிலக்கியங்கள் குறிப்பாகக் காட்டுகின்றன. ஆணின் மான உணர்வைக் காட்ட வந்த கம்பர், ஊடற்காலத்தில்கூட மனைவியின் காலில் விழ மாட்டான் என்பதனை, "வாளினைத் தொடுவதல்லால் வணங்குதல் மகளிர் ஊடல் நாளினும் உளதோ" என்று காட்டுகிறார்.

ஆயினும் காம உணர்வு காரணமாக அண்கள் பெண்களின் காலில் விழுந்ததை ஒன்றிரண்டு பாடற் குறிப்புகள் காட்டு கின்றன.

வாசமலர் மடந்தை போல்வார்வண் கானப்பேர்

ஈசன்தன் மக்கள் எழுபதின்மார் – தேசத்(து)

இரவலர்மேல் நீட்டுவர்கை ஈண்டுலகம் காக்கும்

புரவலர்மேல் நீட்டுவார் பொற்கால்

என்ற பாடலைப் பெருந்தொகையில் (மு. இராகவையங்கார் தொகுத்த நூல்) காண்கின்றோம். மேற்குறித்த செய்திகளில் இருந்து நாம் பெறும் வரலாற்று உண்மைகளைப் பின்வருமாறு வகைப்படுத்தலாம்.

★ தொடக்க காலத்தில் காலில் விழுந்து வணங்குதல் என்பது ஒருவன் தன் தோல்வியை ஒத்துக்கொள்ளும் உடல் அசைவாக இருந்தது.

★ பின்னர், கடவுள் நம்பிக்கைகள் மதமாக வளர்ச்சி பெற்ற போது துறவிகளை மனிதர்களைவிட உயர்ந்தவர்கள் என ஒத்துக்கொள்வதற்கு அடையாளமாக அது மாறியது.

★ அடுத்ததாக, சமூகத்தில் ஆதார அச்சாகவும், அரசு என்னும் நிறுவனத்தின் குறு வடிவம் ஆகவும் இருந்த குடும்ப அமைப்புக்குள் ஆணாதிக்க உணர்வுடன் இவ்வழக்கம் ஊடுருவியது. எனவே, மனைவி கணவனின் காலில் விழுந்து வணங்கும் கடமை உடையவள் ஆனாள்.

★ பின்னர், குடும்ப அமைப்பிலிருந்து மதச் சார்புகளோடு வளர்ந்த அரசியல் அதிகார அமைப்பினை நோக்கி இவ் வழக்கம் கிளைவிட்டுப் படர்ந்தது.

ஆன்மிகத்தில் தொடங்கி, குடும்ப அமைப்பிற்குள் வேரோடி, பின்னர் மதத்தின் மறுபக்கமான அரசியல் அதிகாரத்திற்குப் பாய்ந்திருக்கிறது இந்த வழக்கம். இந்த வழக்கத்தின் வளர்ச்சியானது குடும்ப அமைப்பிற்கும் அரசு என்ற நிறுவனத்திற்கும் உள்ள பண்பாட்டு உறவினைப் புரிந்துகொள்ள நமக்குத் துணை செய்கிறது. அதைப் போலவே மதத்தில் தொடங்கிய வழக்கம் அரசியல் அதிகாரத்தில் முழுமை பெறுவதைப் பார்க்கிறோம். அரசுக்கும் மதத்திற்கும் உரியதான பண்பாட்டு உறவினையும் இவ்வழக்கம் தெளிவாகக் காட்டுகிறது. அரசியல் அதிகாரத்திற்கும், அதன்மூலம் பணத்திற்கும் ஆசைப்படும் இக்கால அரசியல்வாதிகளின் கலாச்சாரம்கூட இந்த நூற்றாண்டின் மக்கள் இயக்கங்களில் ஊடுருவிய ஆன்மிகத்தின் தொடர்ச்சியே ஆகும். அரசியல் தலைவர்களில் லர் மனிதர்களைவிட உயர்ந்த ‘மகாத்மா’க்களாக காட்டப் பட்டதன் பின்விளைவே ஆகும்.

பலராம வழிபாடு

தொல்காப்பியம் காட்டாத சமயநிலைகளையும், தெய்வங் களையும் சங்க இலக்கியங்கள் கொண்டுள்ளன. தொல்காப்பியம் சில வழிபாட்டு முறைகளை நமக்குக் காட்ட, சங்க இலக்கியங்களில் கடவுட் கொள்கைகள் சமயங்களாகக் கால்கொண்ட நிலைமையைக் காணலாம். அவற்றுள்ளும் கலித்தொகையும் பரிபாடலும் ஏனைய சங்க இலக்கியங் களிலிருந்து பெரிதும் மாறுபட்ட சமய நிலையை அல்லது சமய வளர்ச்சியைக் காட்டுகின்றன. அவற்றுள் குறிப்பிடத்தக்கது வாலியோன் என்னும் பலராமன் வழிபாடு ஆகும்.

தொல்காப்பியம் 'வாலியோன்' என்ற தெய்வப் பெயரை எங்கும் குறிப்பிடவில்லை. ஆயினும் உயிர்மயங்கியல் நூற்பா ஒன்று *(299)*, 'பனைமுன் கொடி வரின்' என்று தொடங்குகிறது, இதைக் குறிப்பிட்டு மு. இராகவையங்கார், "இங்ஙனம் பனைக் கொடியைத் தனியே எடுத்துக்கொண்டு ஆசிரியர் விதி கூறுதலினின்று அக்கொடி அக்காலத்து வழக்குமிகுதி பெற்றிருந்தது என்பது பெறப்படும். இங்ஙனம் பிரபலம் பெற்ற பனைக்கொடி, நம்பி மூத்தபிரானான பலதேவர்க்கன்றி வேறெவர்க்கும் உரியதன்றென்பது கற்றோர் அறிவர்" என்கிறார்.[1] இக்கருத்து ஆராய்தற்குரியதே.

மாலிருங்குன்றம் என்னும் திருமாலிருஞ்சோலை மலையில் பலராமன் (வாலியோன்) திருமாலோடு கோயில் கொண்டுள்ளதைப் பரிபாடல் *(15)* கூறும். பலராமன் வெள்ளை நிறமுடையவன்; கலப்பையை ஆயுதமாக உடையவன்; ஒரு கையில் உலக்கையினை உடையவன்; பனைக் கொடியினை உடையவன்; பெருங்குடியன்.[2] இவன் ஒருமுறை ஒரு மரத்தடியில் சாய்ந்தவண்ணம் நீராடுவதற்காக, யமுனையைத் தன்னிடம் வருமாறு அழைக்கிறான். அவள் வராது போகவே தன் கலப்பையைக் கொண்டு அவளைத் தன்னிருப்பிடத்திற்கு இழுத்து நீராடுகிறான். இவனுக்கு 'ஹலாயுதன்' என்ற பெயரும் உண்டு. 'ஹலம்' என்ற வடமொழிச் சொல் 'கலப்பை' என்று பொருள்படும். திருமாலிருஞ்சோலையில் நேமியும் கலப்பையும்

பொலிந்து நிற்பதாகப் பரிபாடலில் (15) இளம்பெருவழுதியார் பாடுகிறார்.

தொல்காப்பியர் மருதநில மக்களாகிய உழவர்களின் தெய்வமாக வேந்தன் எனப்பெறும் இந்திரனைக் குறிப்பிடுகின்றார். இந்திரன் உழுதொழிலுக்கு வேண்டிய மழை தரும் தெய்வம். அவனைப் பற்றிய செய்திகளிலிருந்து பலராமனும் உழவர்களின் தெய்வமாகவே விளங்கியது தெளிவு. "பலராமனுக்குக் கலப்பைதான் ஆயுதம் என்று கூறுவதால் இவர் உழவர்களின் தெய்வமாக ஆகிவிட்டார்" என்கிறார் அச்னிகோத்ரம் ராமானுஜ தாத்தாச்சாரியார்.[3]

இன்று தமிழ்நாட்டில் இந்திர வழிபாடும் இல்லை, பலராமன் வழிபாடும் இல்லை. உழவர்களின் தெய்வ வழிபாடு எவ்வாறு மறைந்தது என்ற கேள்வி எழுகிறது.

தமிழ்நாட்டில் பலராம வழிபாடு நிகழ்ந்ததற்கு இலக்கியத்தைத் தவிர ஒரு சிற்பச் சான்றும் உள்ளது. மாமல்லபுரத்தில் கிருஷ்ண மண்டபத்தில் கிருஷ்ணன், பலராமன், நப்பின்னை ஆகிய மூவரும் இணைந்து நிற்கும் ஒரு சிற்பம் உள்ளது.[4] இது ஏறத்தாழ கி.பி. ஏழாம் நூற்றாண்டினது என்பர்.[5] "உடுப்பிக்கருகிலுள்ள குடவூர் என்ற கிராமத்தில் அதிசயமாக ஒரு பலராமர் கோயில் உள்ளது" என்று பி.ஆர். ஸ்ரீநிவாசன் கூறுகிறார்.[6]

சங்க இலக்கியங்களில் புறநானூறும் பரிபாடலும் பலராமனைத் திருமாலோடு அவனுக்கு உடன்பிறந்தவளைப் போலக் குறிக்கின்றன. சுபிலரும் நற்றிணையில் ஒரு குறிஞ்சித் திணைப் பாடலில்,

மாயோன் அன்ன மால்வரைக் கவாஅன்
வாலியோன் அன்ன வயங்குவெள் ளருவி[7]

என இருவரையும் ஒருசேரக் குறிக்கிறார். பரிபாடலும், கடலும் கானலும் போலவும், சொல்லும் பொருளும் போலவும் விளங்குவதாக இருவரையும் குறிக்கிறது. திணைமாலை நூற்றைம்பதில் ஒரு பாடலும் (58), யாப்பருங்கல விருத்தி மேற்கோள் பாடலொன்றும் (78), இலக்கண விளக்கம் 738ஆம் சூத்திர மேற்கோள் பாடலும் இதே உவமையால் இருவரையும் விளக்கிப் பாடியமை நினையத்தக்க செய்தியாம். கடலின் நீல நிறமும் கரைமணலின் வெண்ணிறமும் கருதியே திருமாலையும் வாலியோனையும் இவை இணைத்துக் குறிப்பிடுகின்றன. இளம்பெருவழுதியார், பரிபாடலில் (15) இவர்கள் இருவரையும்

'காத்தலாகிய ஒரே தொழில் செய்யும் இருவர்' எனவும் குறிக்கிறார்.[8]

புலவர் கீரந்தையார் இரண்டாம் பரிபாடலில், 'திருமாலே நீ வாலியோற்கு இளையன் என்பார்க்கு இளையனாகவும், முதியன் என்பார்க்கு முதியனாகவும் உள்ளாய்' என்கிறார். முதற் பரிபாடலில் இளம்பெருவழுதியார் திருமாலே வாலியோனைத் தன்னகத்துக் கொண்டுள்ளதாகப் பாடுகிறார். நான்காவது பரிபாடலில், 'கருடக் கொடியுடைய திருமாலே! பனைக் கொடியும், நாஞ்சிற்கொடியும், யானைக்கொடியும் உனக் குரியவை' என்கிறார் கடுவன் இளவெயினனார். பதிமூன்றாம் பரிபாடலில் நல்லெழினியார், 'திருமாலே! துளவஞ்சூடிய அறிதுயிலோனும் நீயே! மாற்றார் உயிருண்ணும் நாஞ்சில் உடையோனும் நீயே! ஆதிவராகமும் நீயே!' என்று தெளி வாகவே கூறிவிடுகிறார்.

கடுவன் இளவெயினனார் கிருஷ்ணனின் நான்கு வியூகங்கள் எனப்படும் வாசுதேவன், சங்கர்ஷணன், பிரத்தியும்நன், அநிருத்தன் என்பனவற்றை,

செங்கட் காரி கருங்கண் வெள்ளை
பொன்கட் பச்சை பைங்கண் மாஅல்[9]

என்று குறிப்பார். வெள்ளை பலராமனின் நிறம் மட்டுமன்று: பலராமனின் பெயர்களிலும் ஒன்று எனப் பிங்கல நிகண்டு கூறும்.[10] 'மேழி வலனுயர்த்த வெள்ளை', 'வெள்ளை நாகர்' எனச் சிலப்பதிகாரமும்[11], 'பொற்பனை வெள்ளை' என்று இன்னா நாற்பதும்[12] பலராமனைக் குறிப்பிடும். கலப்பை யினையுடைய பலராமனையே சங்கர்ஷணன் என்பர், 'சங்கர்ஷணன்' என்றால் 'உழவன்ஷ என்று பொருள் என ஜான் டவ்சனின் இந்துக் கடவுள் புராண மரபு அகராதி கூறுகின்றது.[13] எனவே மருத நிலத்து உழவரை இந்திர வழிபாட்டிலிருந்து கிருஷ்ண வழிபாட்டுக்கு இழுக்கும் முயற்சி பரிபாடல் காலத்திலேயே தொடங்கிவிட்டது எனலாம்.

சங்க இலக்கியங்களுக்குப் பிற்பட்ட திருக்குறள் 'விசும்புளார் கோமான் இந்திரன்'[14] என இந்திரனைக் குறித்தாலும், 'வான் சிறப்பு' அதிகாரத்தில் மழைத் தெய்வமான இந்திரனைப் பற்றிய குறிப்பு ஏதும் இல்லை.

கடல் சார்ந்த நெய்தல் நிலத் தெய்வமாகத் தொல்காப்பியர் வருணனைக் குறித்தாலும், சங்க இலக்கியங்களிலேயே வருண

வழிபாடு பற்றிய தெளிவான குறிப்புகள் இல்லை என்பதை நினைவில் கொள்ள வேண்டும். அதைப் போலவே இந்திர வழிபாடும் சங்க இலக்கிய காலத்திலேயே பின்னடைந்துவிட்டது போலும்.

பூம்புகாரில் இந்திரன் தோட்டம் இருந்ததாக இளங்கோவடிகள் சிலப்பதிகாரத்தில் குறிப்பிடுகின்றார். புகார் நகர மக்கள் இருபத்தெட்டு நாள் இந்திரவிழா எடுக்கின்றனர். "தமிழ் வேந்தர்கள் இந்திரனோடு சேர்ந்து நின்று போரிட்டுத்தானவர்களை வென்றார்கள் என்பது போன்ற புராணச் சிந்தனையின் வளர்ச்சியினை இவ்விழா எடுத்தற்குரிய காரணத்தில் காண்கிறோம்... இவ்விழா அரசியல், சமுதாயம், சமயம் அனைத்தும் இணைந்துள்ள ஒரு விழாவாக உள்ளது" என்று குறிப்பிடும் ப. அருணாசலம், அடுத்து ஓர் ஐயத்தைக் கிளப்புகின்றார். "இந்திர விழவூரெடுத்த காதையில்" சோழர் களுக்கு ஏதோ தீங்கு ஏற்பட்டுவிட்டதன் எதிரொலிகளாகச் சில வரிகள் உள்ளன.

"வெற்றிவேல் மன்னற்கு உற்றதை ஒழிக்க" *(65)*
"வெந்திறல் மன்னற்கு உற்றதை ஒழிக்க" *(79)*
"வெற்றி வேந்தன் கொற்றம் கொள்க" *(85)*

எனக் கூறிப் பலியூட்டுகின்றனர். இங்கு வேந்தற்கு உற்ற ஊறு யாது? இந்திர விழா ஒரு சாந்தி விழாவா?[15] என்று வலிவான ஓர் ஐயத்தையும் அவர் எழுப்புகின்றார்.

இந்திர விழாவும் புகாரின் கடற்கரையில் நிகழவதாகவே இளங்கோ குறிக்கிறார். மருதநிலத் தெய்வத்துக்கு நெய்தல் நிலத்தில் விழா நடைபெறுகிறது. இந்திரனுக்கு உரிய திசை கிழக்கு என்பர். கடற்கரை வாழ் மக்கள் கடலை நோக்கி – குழக்கு நோக்கி – இந்திரனை வழிபட்டார்களோ என்றெண்ணத் தோன்றுகிறது.

இந்த விழாவில் உழவர்களுக்குப் பங்கில்லை. இந்திரனுடைய வச்சிரப் படையை எடுத்து வந்து நீராட்டுவோர் 'அரசகுமரரும் பரத குமரரும்' என்கிறார் இளங்கோ. 'பரத குமாரர்' வணிகக் குலத்தவர் என உரையாசிரியர் கூறுகிறார். சமூகத்தின் மேல் தட்டில் வாழ்ந்த மக்களின் விழாவன்றி, உழுதொழில் செய்வோரின் விழாவாக இது இல்லை.

இருப்பினும் தீம்புனல் உலகத் தலைலனான இந்திரனிடம் மழை வேண்ட மட்டும் எடுத்த விழாவன்று அது என்பதும்

தெளிவு. ஏனெனில் குன்றக்குறவர், பத்தினித் தெய்வமாகிய கண்ணகி மழை வளம் தருவாள் என்று வேண்டி வழிப செய்தியைச் சிலப்பதிகாரத்திலேயே,

ஒருமுலை இழந்த நங்கைக்குப்
பெருமலை துஞ்சாது வளஞ்சுரக் கெனவே[16]

என்ற அடிகளில் காண்கிறோம். சிலம்பின் காலத்து மழைத் தெய்வ வழிபாடு வீரவழிபாட்டில் கலந்துவிடுகின்றது. மணிமேகலை, "மண்திணி ஞாலத்து மழைவளந் தரூஉம் பெண்டிர்"[17]

என இக்கருத்தை மேலும் விரிவாக்குகிறது.

ஆயர்பாடியைச் சேர்ந்தவர்கள் இந்திரனுக்குப் படையலிட முற்படுகின்றனர். கிருஷ்ணன் அதைத் தடுக்கிறான். நந்தகோபாலனை நோக்கி, "தந்தையே! நாம் உழவர்களுமல்லர், வணிகருமல்லர். இந்திரனுக்கும் நமக்கும் என்ன தொடர்பு? கால்நடைகளும் மலையுமே நமது தெய்வங்கள்"[18] என்கிறான். பின்னர் தானே அந்த மலையாக நின்று அந்தப் படையலினை ஏற்கிறான். "இந்திர வழிபாட்டைத் தன்னை நோக்கித் திருப்பவே கிருஷ்ணன் இவ் வழியைக் கையாண்டான்"[19] என்று வில்கின்ஸ் கருதுகிறார்.

இந்திரனுக்கும் கிருஷ்ணனுக்கும் நடந்த போராட்டத்தை ஆரியர் – ஆரியர் அல்லாதார் போராட்டத்தின் ஒரு பகுதியாகக் காண்கிறார் எஸ். ராதாகிருஷ்ணன்.

இந்திரன் ஆயர்களிடம் சினத்தைக் காட்டிப் பெருமழை பொழிய, கிருஷ்ணன் கோவர்த்தன மலையைக் குடையாகப் பிடித்து அவர்களைக் காக்கிறான். இது விஷ்ணு புராணம் தரும் செய்தி.

கலப்பையேந்திய பலராமன் கண்ணனோடு எப்பொழுதும் இணைந்திருக்கிறான். கிருஷ்ணன் அவதாரங்களில் பலராம அவதாரமும் ஒன்று என்றும், விஷ்ணு கண்ணனாக வடிவெடுத்து வந்தபோது அவனது பள்ளியணையாகிய ஆதிசேடனே (இராமாவதாரத்தில் இலக்குவனாக வந்தது போல) பலராமனாக வந்தான் என்றும் புராணங்கள் கூறும். எனவே கிருஷ்ணனுடைய இந்திர எதிர்ப்பில் பலராமனுக்கும் பங்குண்டு.

கிருஷ்ணாவதாரம் பற்றிய கதைகள் சங்க இலக்கியக்

காலத்திலேயே நிலவின. முல்லை நிலத் தெய்வமான மால் வழிபாட்டோடு புராணங்கள் கூறும் கிருஷ்ணாவதாரச் செய்திகளும் கலந்துவிட்டதைச் சங்கப் பாடல்களில் காணலாம்.

புகார்க் காண்டத்தில் சோழநாட்டில் இந்திரன் பெற்ற சிறப்புகளைக் கூறிய இளங்கோவடிகள், மதுரைக் காண்டத்தின் தொடக்கத்தில் பாண்டியனுக்கும் இந்திரனுக்கும் ஏற்பட்ட பகையினைக் கூறுகின்றார். ஒரு சமயம் பாண்டிய நாட்டில் இந்திரன் மழை பொழியாதிருந்தபோது, பாண்டியன் இந்திரனோடு போர் தொடுக்கிறான். இந்திரன் சனமான தன் கழுத்தணியைப் பாண்டியன் தோளிலிட்டு அவனை வீழ்த்த முயன்று, தோல்வியுறுகிறான். இந்திரன் முடியைத் தன் வளைகளினால் உடைக்கிறான் பாண்டியன்.[22] இதன் வழி பாண்டிய நாட்டில் இந்திர வழிபாட்டிற்கு ஏற்பட்ட எதிர்ப்போன்றைக் காட்டுகின்றார் இளங்கோவடிகள்.

இந்திர விழா முடிவில் பூம்புகாரைவிட்டுப் புறப்பட்டுக் கண்ணகியும் கோவலனும் உறையூர் கழிந்து பாண்டிய நாட்டின் எல்லைக்குள் நுழைகின்றனர். அவர்கள் கேட்கும் முதற்குரல், இந்திரனை வென்ற பாண்டியனின் சிறப்பைப் பாடிக் கொண்டிருக்கிறது. அது மாங்காட்டு மறையவன் குரல். பூம்புகாரில் இந்திர விழா கொண்டாடும் வணிகர் குலத்தைச் சேர்ந்த கோவலன் அவனை அணுகவும் அது ஒரு காரணமாகிறது.

பரிபாடலைப் பற்றி பொ.வே. சோமசுந்தரனார் தருகின்ற ஒரு கருத்து இங்கே நினையத் தகும். "மதுரையையும், அதன் அணித்தாகிய திருப்பதியையும் யாற்றையுமே இப்பரிபாடல் கூறுவனவாக, எஞ்சிய இரு முடிவேந்தர் நாட்டிலுள்ள திருப்பதிகளும், யாறுகளும், இப் பரிபாடல் பெறாமைக்குக் காரணம் யாது? இனி, எழுபது என்ற தொகை கூறப்பட்ட பாடலனைத்தும் பாண்டிய நாட்டிற்கே உரியன என்றே ஊகிக்க இடனுளது."[23] "பதிற்றுப்பத்து சேரர்களைப் பற்றியே கூறுவது போலப் பரிபாடல் பாண்டியர்களைப் பற்றியே கூறுகின்றது. எனவே இப்பாடல்கள் பாண்டிய நாட்டிலேயே வழங்கியிருக்கலாம் என்ப" என்கிறார் இரா. சாரங்கபாணி.[24] இக்கருத்தே ஏற்புடையது எனத் தோன்றுகிறது. இந்நூலின் திருமாலைப் பாடும் ஆறு பாடல்களும் பலராமனைக் குறிப்பதும், இந்திரனோடு பாண்டியன் கொண்ட பகைமையும், சோழநாட்டில் இந்திர விழா நடப்பதும் இக்கருத்தை

உறுதிசெய்கின்றன.

மழை மேகம் போன்ற நிறமுடையவன் கிருஷ்ணன் கண்ணார் அவன் காக்கும் முல்லை நில உயிரினங்கட்கும் புல்வளர மழை வேண்டும். கிருஷ்ணனின் மற்றொரு அவதாரமான வேண்டும் பலராமன் கலப்பையேந்தி அருள் செய்யும் உழவர்களுக்கும் மழை வேண்டும். எனவே உழவர்க்கும், கால்நடை வளர்ப்போர்க்கும் கண்ணன் மழை தருகிறான்.

நாங்கள் நம்பாவைக்குச் சாற்றி நீராடினால்
தீங்கின்றி நாடெல்லாம் திங்கள்மும் மாரிபெய்து
ஓங்குபெருஞ் செந்நெல் ஊடுகயல் உகள
....
தேங்காதே புக்கிருந்து சீர்த்தமுலை பற்றி
வாங்கக் குடம் நிறைக்கும் வள்ளல் பெரும் பசுக்கள்[25]

கி.பி. ஏழாம் நூற்றாண்டில் ஆண்டாளின் திருப்பாவை இது. பலராம வழிபாட்டின் தோற்றம், இந்திர வழிபாட்டின் சரிவு, மழைத் தெய்வ வழிபாடு வீரவழிபாட்டிலும் கலந்தது, திருமாலின் மற்றொரு அவதாரம் பலராமன் என்ற கொள்கை இவை அனைத்தும் சேர்ந்து இப்பாடற் கருத்து உருப்பெறுகிறது.

கால்நடை வளர்ப்போரைப் போல், உழுதொழில் செய்வோரையும் ஈர்ப்பதற்கு வைணவ மதம் பலராம வழிபாட்டைப் பயன்படுத்தியது. திருமாலிருஞ்சோலைக் கோயிலின் வழிவழி அடியாரில் உழுதொழில் செய்வோர் பெருந்தொகையினராக இருப்பது, வைணவத்தின் முயற்சி தமிழ்நாட்டின் தென்பகுதியில் ஓரளவு வெற்றி பெற்றது என்பதைக் காட்டுகிறது.

இந்திர வழிபாட்டின் வீழ்ச்சியோடு, பலராமனும் திருமால் வழிபாட்டில் இணைந்து மறைந்துவிடுகன்றான். ஆயினும் பலராம வழிபாட்டின் எச்சமாக வெள்ளையன், வெள்ளைச் சாமி, வெள்ளைக் கண்ணு என்ற பெயர்கள் பாண்டிய நாட்டில் இன்றும் வழங்கக் காணலாம். வாலியோன் என்ற சொல்லுக்கும் 'வெள்ளையன்' என்றே பொருள். கறுப்புநிறச் சாமியாகிய கண்ணனிடமிருந்து வேறுபடுத்தவும், கண்ணனின் அண்ணன் என்ற தொடர்பைக் காட்டவும் வெள்ளைக்கண்ணு (கண்ணன்), வெள்ளைச்சாமி என்ற பெயர்கள் பயன்படுகின்றன. சின்னக் கண்ணு (கண்ணன்), மலைக் கண்ணு (கண்ணன்) முதலிய பெயர்களின் முன்னொட்டுகளும் இக்கருத்தை வலியுறுத்தும். அதைப்போலவே மதுரைப் பகுதியில் உலக்கையன்,

முத்துலக்கையன் என்று வழங்கும் பெயர்களும் கையில் உலக்கை ஏந்திய பலராமனையே குறிக்கும். உலக்கையன் எனப் பொருள் தரும் 'முசலி' எனும் வடமொழிப் பெயர் வடமொழிப் புராண மரபிலும் பலராமனுக்கு வழங்கக் காணலாம். இவை மறைந்துபோன பலராம வழிபாட்டின் எச்சங்களாகும்.

குறிப்புகள்

1. மு. இராகவையங்கார், ஆராய்ச்சித் தொகுதி; 2ஆம் பதிப்பு, 1964, ப.33.
2. Shakti M. Gupta, From Daiyas to Devatas in Hindu Mythology, 1973, p. 12.
3. அக்னிகோத்ரம் ராமானுஜ தாத்தாச்சாரியார், வரலாற்றில் பிறந்த வைணவம், 1973, ப. 137.
4. K.R. Srinivasan, 'Some Aspects of Religion as Revealed by Early Monuments and Literature's, The Madras University Journal, 1960, p. 147.
5. K.V. Soundararajan, Art of South India - Tamil Nadu and Kerala, p. 49.
6. பி.ஆர். ஸ்ரீநிவாசன், நாம் வணங்கும் தெய்வங்கள், 1959, ப. 55.
7. நற்றிணை, 2.
8. 'ஒரு தொழில் இருவர்', பரிபாடல், 15
9. பரிபாடல், 3
10. பிங்கல நிகண்டு, கழகப் பதிப்பு, 1968
11. சிலம்பு, 14 : 9; 9 : 10
12. இன்னாநாற்பது, கடவுள் வாழ்த்துப் பாடல்.
13. John Dowson, A Classical Dictionary of Hindu Mythology, Ed. II, 1968, London.
14. திருக்குறள், 3:53.
15. ப. அருணாசலம், சிலப்பதிகாரக் கதைகள், பக். 88, 89, 183.

16. சிலம்பு, 24:98–99

17. மணிமேகலை, 22:45–46.

18. H.H. Wilson (Trans), The Vishnu Purana, Chap. X, Ed III, 1961, p. 418.

19. W.J. Wilkins, Hindu Mythology, 1973, p. 207.

20. S. Radhakrishnan, The Hindu View of Life, p. 40.

21. அகம்., 59, முல்லைப்பாட்டு, 1–3.

22. சிலம்பு, 14:23–29.

23. பொ,வே. சோமசுந்தரனார், அணிந்துரை, பரிபாடல், கழகப் பதிப்பு, 1969, ப. 14

24. இரா. சாரங்கபாணி, பரிபாடல் திறன், 1972, ப. 27.

25. திருப்பாவை, பாடல் 2.

அழகர்கோயில் அமைப்பும் தமிழகக் கோயில் அமைப்பும்

ஆழ்வார்களால் பாடப்பெற்ற வைணவத் திருப்பதிகளில் ஒன்று அழகர்கோயில். ஆழ்வார்களில் ஐவர் இக்கோயிலைப் பாடியுள்ளனர். பெரியாழ்வார் மூன்று திருமொழிகளும், ஆண்டாள் ஒரு திருமொழியும், நம்மாழ்வார் நான்கு திருமொழிகளும், திருமங்கையாழ்வார் இரண்டு திருமொழிகளும் இக்கோயிலின்மீது பாடியுள்ளனர். பூதத்தாழ்வார் இரண்டு பாசுரங்களில் மட்டும் இத்தலத்தினைப் பாடியுள்ளார். ஐவரும் பாடியுள்ள மொத்தப் பாசுரங்கள் 108 ஆகும்.

அழகர்கோயில் மதுரை மாவட்டம் மேலூர் வட்டத்தைச் சேர்ந்தது. தென்கிழக்கிலிருந்து வரும் மலைத்தொடர் கிழக்காகத் திரும்பும் இடத்தில் மலைச்சரிவில் ஏறத்தாழ இரண்டு ஏக்கர் நிலப்பரப்பில், இக்கோயில் அமைந்துள்ளது. இக்கோட்டையை உள்ளிடமாகக்கொண்டு வெளிக்கோட்டை ஒன்று தென்புறமாக நீண்டு அமைந்துள்ளது. இந்த உட்கோட்டைக்கு 'இரணியன் கோட்டை' எனவும், வெளிக்கோட்டைக்கு 'அழகாபுரிக் கோட்டை' எனவும் பெயர். இந்த வெளிக்கோட்டை கி.பி. 15ஆம் நூற்றாண்டில் இந் நிலப்பகுதியை ஆண்ட மாவலி வாணாதிராயர்களால் கட்டப் பெற்றிருக்க வேண்டும் எனத் தொல்லியல் அறிஞர் இரா.நாகசாமி கருதுகிறார்.[1]

"ராஜாராஜப் பாண்டி நாட்டு ராஜேந்திரச் சோழ வளநாட்டுக் கீழிரணிய முட்டத்துத் திருமாலிருஞ்சோலை என ஒரு கல்வெட்டு இவ்வூரினைக் குறிப்பிடுகிறது.[2]

கோயில் கருவறை

கருவறை வட்ட வடிவில் அமைந்துள்ளது. திராவிடம், நாகரம், வேசரம் என்னும் மூன்று வகை விமானங்களில் இது வேசர வகையினைச் சார்ந்தது. இவ்வாறு வேசர வகையில் அமைந்த கருவறைகள் தமிழ்நாட்டில் இதுவரை மூன்று மட்டுமே கண்டறியப்பட்டுள்ளன. அழகர்கோயில், நார்த்தாமலை விசயாலயச் சோழீசுவரம், காஞ்சிபுரம் ஐஹூரகரேசுவரர் கோயில். இக்கருவறையின் பிரஸ்தரப் பகுதி (சுவர்ப் பகுதி) இரட்டைச் சுவர்களை உடையது. இந்த இரண்டு சுவர்களுக்கும் இடையில் விசயாலயச் சோழீசுரத்தில் உள்ளது போல ஒருவர் மட்டுமே செல்லக்கூடிய அளவில் பிராகாரம் (திருச்சுற்று] ஒன்று

அமைந்துள்ளது. மற்றுமொரு தனித்துவமான செய்தி, இச்சிறியபிராகாரத்துக்கு 'நங்கள் குன்றம் பிராகாரம்' என்ற ஒரு பெயரும் வழக்கில் இருக்கிறது.

கருவறையின் அடிப்பகுதியில் கல்வெட்டுகள் ஏதுமில்லை. கட்டடப் பொருள்கள் பிற்காலத்தனவாகத் தோன்றினாலும் இந்த அமைப்பு காலத்தால் மாறியதாகத் தோன்றவில்லை. "தென்னகத்தில் புதுக்கிக் கட்டும்போது விமானத்தின் முந்திய அமைப்பை அப்படியே பின்பற்றுவது வழக்கம்" என்று சி.கிருஷ்ணமூர்த்தி கூறுகிறார்.[3] அழகர்கோயில் கருவறை அமைப்பு பிற்காலச் சோழர் காலத்திற்கு முந்தியது என்றும், அவ்வமைப்பில் குறிப்பிட்டுச் சொல்லும்படி பாண்டி மண்டலத்தில் இது ஒன்றே உள்ளது என்றும் கே.வி. சௌந்தரராஜன் கருதுகிறார்.[4] சகம் 1986இமூ (கி.பி.1464) எழுந்த ஒரு கல்வெட்டு திருமாலிருஞ் சோலை நின்றான் மாவலி வாணாதிராயன் உறங்காவில்லிதாசன் ஆணையின்படி இக்கோயில் உபானம் (அடித்தளம்) முதல் ஸ்தூபி வரை திருப்பணி செய்த திருவாளன் சோமயாஜிக்கு குலமங்கலம் என்னும் சிற்றூர் தானம் செய்யப்பட்டதாகக் கூறுகிறது.[5]

தாயார் சன்னிதி மேலே சுவரின் அடிப்பகுதியில் ஒரு கல்லில் ஒரு கோடு வெட்டப்பட்டுள்ளது. அதனருகில் இக்கோடு "திருமாலிருஞ்சோலை நின்றான் மாவலி வாணாதிராயன் மாத்ராங்குலம்" என்ற கல்வெட்டு உள்ளது. (இக்கோட்டின் நீளமுடைய கோலையே அளவுகோலாகக் கொண்டு இத்தாயார் சன்னதி இவ்வாணாதிராயனால் கட்டப்பட்டிருக்கலாம் தோன்றுகிறது)

கருவறைக் கடவுள் தோற்றம்

கருவறையில் நின்ற திருக்கோலத்தில் இறைவன் வழக்கம் போல் சீதேவி, பூதேவி ஆதிய இருதேவியருடன் நிற்கிறார். 'மருந்துச் சாந்துப்' பூச்சுக் கொண்ட கற்சிலை இது. எனவே இரண்டு, மூன்றாண்டுக்கொருமுறை 'தைலப் பிரதிஷ்டை' என்ற பெயரில் புதிய 'மருந்துச் சாந்து பூசும் திருவிழா' இங்கு நடைபெறுகிறது. இம்மூலத் திருமேனியில் குறிப்பிடத்தகுந்த அம்சம் ஒன்றுண்டு. பொதுவாக வைணவக் கோயில்களில் இறைவனின் வலது மேற்கையில் உள்ள சக்கரம் ஆஸ்தானச் சக்கரமாகவே, அதாவது அணியாகவே அமைந்திருக்கும். இக்கோயில் இறைவன் கையில் சக்கரம் பிரயோகச் சக்கரமாக, செலுத்தப்படும் நிலையில் அமைந்து இருக்கிறது.

மகாமண்டபம்

அர்த்தமண்டபம் என்னும் சிறிய இடைகழி மண்டபத்தை அடுத்து மகாமண்டபம் அமைந்துள்ளது. இதிலுள்ள ஒரு கல்வெட்டால், மிழலைக்கூற்றத்து நடுவிற்கூறு புள்ளூர்க்குடி முனையதரையனான பொன்பற்றியுடையான், மொன்னைப் பிரான் விரதமுடித்தபெருமாள்” என்பவன் இம்மண்டபத்தைக் கட்டிய செய்தி தெரிகின்றது.[6] இம்மண்டபத்திற்கு 'அலங்காரன் திருமண்டபம்' என்ற பெயரும் வழங்கப்படுகிறது. இதன் முன் அமைந்துள்ள சிறிய மண்டபத்திற்கு 'ஆரியன் மண்டபம்' என்று பெயர். பக்கவாட்டில் படிகளையும் யாளித்தூண்களையும் உடைய இதற்குப் 'படியேற்ற மண்டபம்' என்ற பெயரும் உண்டு. இதிலுள்ள உள்ள ஒரு கல்வெட்டால் தோமராசய்யன் மகனான ராகவராஜா என்பவனும் இம்மண்டபத்தைக் கட்டியதாக அறிகிறோம்.[7]

மகாமண்டபத்திற்கு வடமேற்குத் திசையில் உயரமான மண்டபம் ஒன்று உள்ளது. இதில் உள்ள ஒரு கல்வெட்டால் இம்மண்டபத்தைச் சடாவர்மன் சுந்தரபாண்டியன் கட்டினான் என்றும் இதற்குப் 'பொன் வேய்ந்த பெருமாள் மண்டபம்' என்பது பெயர் என்றும் தெரியவருகின்றது.[8] இவனது காலம் கி.பி. 1251-1271 ஆகும். மதுரைக் கோயிலில் உள்ள ஆயிரங்கால் மண்டபத்தைப் போன்ற அமைப்பில் இது அளவில் சிறியதாக அமைந்துள்ளது. கி.பி. 13ஆம் நூற்றாண்டைச் சேர்ந்த இந்த மண்டபம் ஒரு காலத்தில் கோயில் இறைவனுக்குரிய திருநாள் மண்டபமாகவும் பயன்பட்டிருக்க வேண்டுமெனத் தெரிகிறது. இதனைத் தொட்டுக்கொண்டே கோயிலின் முதல் மதில் அமைகின்றது. இதை அடுத்து வரும் இரண்டாம் திருச்சுற்றில் தாயார் சன்னதியும் அதன் பின்புறம் திருவாழி ஆழ்வார் எனப்படும் 'சுதர்ஸன்' சன்னதியும் அமைந்துள்ளன. இரண்டாம் திருச்சுற்றில வடக்கு நோக்கித் திரும்பும் இடத்தில் 'பள்ளியறை' உள்ளது. பள்ளியறைக்கு வடக்கே கருவறைக்கு நேர் பின்னாக உயர்ந்த ஒரு மண்டபத்தில் கிழக்கு நோக்கு யோக நரசிம்மர் அமைந்துள்ளார். இவருக்கு 'உக்கிர நரசிம்மர்', 'ஜ்வாலா நரசிம்மர்' முதலிய பெயர்களும் உண்டு. இவரது சினம் தணிய நாள்தோறும் இவருக்கு எண்ணெய்க் காப்பிடுவர். இரண்டாம் திருச்சுற்றில் கிழக்கு நோக்கித் திரும்பும் இடத்தில் ஆண்டாள் சன்னதி உள்ளது. அதற்கு முன்னால் யாக சாலையும், வாகன மண்டபங்களும் உள்ளன. இந்த இரண்டாம் திருச்சுற்று மதிலில் உள்ள கோபுரம் 'தொண்டைமான் கோபுரம்' என

வழங்கப்படுகிறது. இக்கோபுரச் சுவரில் உள்ள ஒரு கல்வெட்டால் இதனைச் 'செழுவத்தூர் காலிங்கராயர் மகனான தொண்டை மானார்' என்பவர் கட்டிய செய்தி தெரிய வருகின்றது.

இதுவரை அமைந்துள்ள கட்டடப் பகுதிகளே கி.பி. 14ஆம் நூற்றாண்டின் தொடக்கத்தில் கோயிலின் அளவாக இருந்திருக்க வேண்டும். அதன் பின்னர் இக்கோபுரத்திற்கு வெளியில் உள்ள பரந்த நிலப்பகுதியில், விசய நகர அரசு காலத்துப் படைப்பான கல்யாண மண்டபம் அமைந்துள்ளது. இதைப் பல சிற்பங்கள் அணி செய்கின்றன. இரணிய வதம் செய்யும் நரசிம்மரின் இரண்டு தோற்றங்கள், குழலூதும் வேணுகோபாலன், திருவிக்கிரமன், பூமிவராகர், ரதி, மன்மதன் ஆகிய சிற்பங்கள் இம்மண்டபத்தில் உள்ளன.

இம்மண்டபத்தை உள்ளடக்கிய பகுதியே உட்கோட்டைப் பகுதியாகும். இவ்வுட்கோட்டையில் கிழக்கு மதிற்சுவரில் உள்ள கோபுரமே இராசகோபுரமாகும். இந்த இராசகோபுர வாசல் நிரந்தரமாக அடைக்கப்பட்டிருக்கிறது. இக்கோபுர வாசலில் உள்ள மூன்று கல்வெட்டுகளில் சகம் 1435 (கி.பி. 1513இல் எழுந்த விசயநகர மன்னன் கிருஷ்ணதேவ மகாராஜாவின் கல்வெட்டே பழமையானதாகும். எனவே இந்த இராசகோபுரம் 16ஆம் நூற்றாண்டுப் படைப்பாகும். இங்குள்ள பழமரபுக் கதையினைக் கொண்டு கி.பி. 1608க்கும் 1769க்கும் இடைப்பட்ட காலத்தில் உத்தேசமாக 17ஆம் நூற்றாண்டின் இறுதிப் பகுதியில் – இக்கோபுர வாசல் அடைக்கப்பட்டு இருக்கலாம் என்ற முடிவுக்கு வரலாம்.

இம்மூன்றாம் திருச்சுற்றுக்கும் வெளியில் வசந்த மண்டபம் என்ற பெயரில் ஒரு நீராழி மண்டபம் உள்ளது. கல்லால் ஆன இதன் கூரைப்பகுதியில் நாயக்கர் காலத் தமிழெழுத்தோடு கூடிய இருநூறுக்கும் மேற்பட்ட இராமாயணக் காட்சிகளைக் கொண்ட ஓவியங்கள் வரையப்பட்டுள்ளன.

மலைச்சரிவில் அமைந்துள்ள கோயில் என்பதால் இதனைச் சுற்றித் நேர் ஓட இயலாது எனவே, வெளிக்கோட்டையின் சுவர்களை ஒட்டியே ஓடுகிறது. கல்வெட்டுக் குறிப்புகளால் இத்தேரின் பெயர் 'அமைத்த நாரணன்' என்பதும் தேரோடிய வீதி ஒன்றின் பெயர் 'தியாகஞ் சிறியான் திருவீதி' என்பதும் அவ்வீதியில் தேர் வரும்போது இறைவன் 'சடகோபன் பாட்டு' (நம்மாழ்வார் பாசுரங்கள்) கேட்கும் வழக்கம் இருந்தது என்றும் தெரிகிறது.[11]

தெப்பத் திருவிழா நடைபெறும் தெப்பக்குளம் கோயிலுக்குத் தெற்கே இரண்டு கி.மீ. தொலைவில் பொய்கைக்கரைப்பட்டி என்ற ஊரில் அமைந்துள்ளது.

தமிழ்நாட்டு வைணவக் கோயில்கள் பொதுவாக வைகானசம், பாஞ்சராத்திரம் என்ற இரண்டு ஆகம நெறிகளில் ஒன்றையே பின்பற்றி அமையும். வைகானசம் என்பது விகானஸ் என்ற முனிவரால் அருளப்பட்ட நெறி. பாஞ்சராத்திரம் என்பது திருமாலாகிய இறைவனால் ஐந்து இரவுகளில் அருளப்பட்டது என்பது வைணவர்களின் நம்பிக்கை. அழகர்கோயில் வைகானசர் நெறியைப் பின்பற்றும் கோயிலாகும். ஆனால் இக்கோயிலின் அர்ச்சகர்கள் தவிர ஏனைய பிராமணப் பணியாளர்கள் அனைவரும் பாஞ்சராத்திர ஆகம நெறியினராவர். இவ்விரு நெறியாளரையும் கூர்ந்து நோக்கினால் பாஞ்சராத்திர ஆகமத்தினர் ஆழ்வார்களையும் வைணவ ஆசாரியர்களையும் அவதாரங்களாக ஏற்றுக்கொள்ளும் மிதவாதக் கொள்கையினர் என்பதும், வைகானசர் ஆழ்வார் களைப் பூசனை செய்யாத தூய்மைவாதக் கொள்கையினர் என்பதும் தெரியவருகின்றது.

அழகர்கோயிலின் அமைப்பு, ஆகமங்களால் வரையறுக்கப் பட்ட பொதுவிதிகளுக்கு உட்பட்டும் அவற்றை மீறியும் அமைவதனைப் பார்க்கலாம். வட்ட வடிவ விமானம், நங்கள் குன்றம் என உரிமைப் பெயர் சுட்டும் கருவறை, நரசிம்ம வழிபாடு இத்தலத்தில் சிறப்பிடம் பெறுவது, கோயிலைச் சுற்றாமல் தேர் ஓடுவது, இராசகோபுர வாசலை அடைத்து அதில் சிறுதெய்வத்தை அமர்த்துவது, அதில் இரத்தப் பலியிடுவது எனப் பொது விதிகளுக்கு உட்படாத பல நடைமுறைகள் இக்கோயிலுக்குள் அமைந்துள்ளன.

தமிழ்ப் பண்பாட்டு மரபுகள் மிக ஆழமான வேர்களை உடையன. அவற்றில் கணிசமானவற்றைத் தமிழ்நாட்டுக் கோயிற் பண்பாட்டினைஅறிவதன் மூலமாக நாம் உணர முடியும். அளவிலும் எண்ணிக்கையிலும் தமிழ்நாட்டுக் கோயில்கள் மிகப் பெரியன. "கோயில் கட்டடக் கலை குறித்து தமிழ்நாடு அளவிற்கு இந்தியாவில் வேறு நிலப்பகுதிகள் பெருமை கொண்டாட முடியாது" என்று கோயிற்கலை அறிஞரான கே.வி. சௌந்தரராஜன் குறிப்பிடுகின்றார்.[12]

வழிபடு கடவுளரைப் பல்வேறு இடங்களில் திருநிலைப் படுத்தி வழிபட்டு வந்துள்ளனர் தமிழர்.

காடும் காவும் கவின்பெறு துருத்தியும்
சதுக்கமும் சந்தியும் புதுப்பூங் கடம்பும்
யாறும் குளனும் வேறுபல் வைப்பும் (திருமுருகாற்றுப்படை)

தமிழ்நாட்டுக் கடவுளர்களின் இருப்பிடங்களாக இருந்தன.

வழிபடும் நேரத்தில் மட்டும் கடவுள் மண்ணில் இறங்குவதாக எண்ணி, தொடக்க காலத்தில் கடவுளுக்குக் களம் இழைத்தனர். வேலனாகிய பூசாரி களத்தில் நின்று வெறியாடினான். கடவுளாகிய முருகன் அங்கு வந்தான். ('வேலனார் வந்து வெறியாடும் வெங்களத்து, நீலப்பறவைமேல் நேரிழை தன்னோடும், ஆலமர் செல்வன் புதல்வன் வரும்.' சிலம்பு – குன்றக் குரவை.)

பின்னர் மரத்தாலும் மண்ணாலுமான கோயில்கள் அமைக்கப்பட்டன.

இட்டிகை நெடுஞ்சுவர் விட்டம் வீழ்ந்தென
மணிப்புறாத் துறந்த மரஞ்சேர்பு மாடம்

எனச் சங்க இலக்கியம், மரத்தாலான கோயில் ஒன்றினையே குறிப்பிடுகின்றது என்பர் ஆராய்ச்சியாளர். திருவாரூரில் இருந்த கோயில் ஒன்று கி.பி. ஏழாம் நூற்றாண்டில் 'பரவையுள் மண்டளி' (மண்தளி) என வழங்கப்பட்டிருப்பதைச் சம்பந்தர் தேவாரத்தால் அறிகிறோம். எனவே அக்காலத்திலும் அக்கோயில் மண்ணால் அமைக்கப்பட்ட கோயிலாக இருந்திருக்க வேண்டும். கி.பி, 770இல் எழுந்த ஆனை மலைக் குடைவரைக் கோயில் கல்வெட்டு அக்கோயிலை 'மாறன்காரி இக்கற்றளி செய்து' எனக் குறிப்பிடுகின்றது. எனவே மண்டளி, கற்றளி ஆகிய சொல் வழக்குகள் கட்டப்பட்ட பொருளால் கோயில்கள் வேறுபடுத்திக் கொள்ளப்பட்டதைக் காட்டுகின்றன. பின்னர் கற்களை அடுக்கிக் கோயில் கட்டும் முறையினை ஏழாம் நூற்றாண்டில் பல்லவர்கள் தொடங்கி வைத்தனர். கோயிற் கட்டடக் கலை பெருமளவு வளர்ந்த பிறகு கோயில்களின் அளவும் பெரிதாகின. கருவறை, இடைகழி, முக மண்டபம், முன் மண்டபம், பரிவார ஆலயங்கள், சுற்றாலைகள், யாகசாலைப் பகுதி, மடைப்பள்ளி, பள்ளியறை, முதலாம் திருச்சுற்று, மதில் கோபுரம், இரண்டாம் மூன்றாம் திருச்சுற்று மதில்கள், கல்யாண மண்டபம். தெப்பக்குளம், வசந்த மண்டபம், தேர் மண்டபம் எனக் காலம்தோறும் திருக்கோயிலின் அமைப்பு வளர்ச்சி பெற்றது. ஆயினும்

கட்டுமானக் கோயில்களின் தொடக்க காலத்தில் அவை கருவறை, இடைகழி, சிறிய முனி மண்டபம் ஆகியவற்றோடு மட்டுமே விளங்கியிருக்க வேண்டும். (எ.டு) 'விஜயாலயச் சோழீச்சுவரம்'.

திருக்கோயிலின் அமைப்பு வளர்ச்சியில் குறிப்பிடத் தகுந்த ஒரு கட்டத்தினை இங்கு நினைவிற்கொள்ள வேண்டும். 11ஆம் நூற்றாண்டின் தொடக்கம் வரை தமிழ்நாட்டு சைவ, வைணவக் கோயில்களில் இறைவிக்கென்று (அம்மன், தாயார்) தனிச் சந்நிதிகள் அமைக்கும் வழக்கம் இல்லை. இது பொதுவிதியாக இருந்தாலும் 'அங்கயற்கண்ணி தன்னொடும் அமர்ந்த ஆலவாய்' என்று சம்பந்தர் பாடுவது போல ஒன்றிரண்டு விதிவிலக்குகளும் இருந்திருக்கலாம் என்றே தோன்றுகிறது.

தமிழ்நாட்டுச் சமயத் தத்துவங்களும், கோயிலில் அமையும் திருவுருவங்களின் அமைப்பும், அவற்றிற்குரிய பூசனை நெறிகளும், திருக்கோயில் அமைப்பும் தனித்தனியே ஆகமங் களால் ஒழுங்கு செய்யப்பட்டிருந்தன. இந்த ஆகமங்களில் ஒன்றேனும் இப்பொழுது தமிழில் கிடைக்கவில்லை. ஆகமங்களைச் சிவபெருமானே அருளினார் என்பது சைவர்களின் நம்பிக்கை. சிவபெருமான் தன் பங்கில் அமர்ந்த மனைவிக்கும் ஆகமங்களைக் கற்பித்தார் என அப்பர் பாடுகின்றார்.

இணையிலா இடைமாமருதீசர் எழு
பணையில் ஆகமம சொல்லும்தன் பங்கிக்கே
(திருவிடைமருதூர்ப் பதிகம்)

என்பது தேவாரம். மெய்ப்பொருள் நாயனார் புராணத்தில் முத்த நாதன், நாயனாருக்கு ஆகமங்கள் கற்றுத் தருவதாகக் கூறியதிலிருந்து அக்காலத்தில் தமிழில் ஆகம நூல்கள் இருந்திருக்க வேண்டும் என்று தோன்றுகிறது.

"இறைவனார் அருளிய, ஆனால் இதுவரை யாரும் அறியாத ஒரு ஆகம நூல் கொண்டு வந்துள்ளேன் என முத்தநாதன் கூறுவதிலிருந்து அக்காலத்திலேயே ஆகம நூல்களில் சில வழக்கில் இல்லாமல் மறைந்து போய்விட்டன என்பதையும் அறியலாம். பெரும்பாலான கோயில்கள் வெவ்வேறு காலகட்டங்களில் மெல்ல மெல்ல வளர்ச்சி பெற்றிருப்பதால் அவை அனைத்தயும் ஆகம நெறிக்குள் கொண்டு வந்து விளக்க இயலாது. எடுத்துக்காட்டாக ஒன்றைக் கூறலாம். சைவ, வைணவ கோயில்கள் பெரும்பாலும் கிழக்கு நோக்கிய

கருவறையினை உடையன. ஆயினும் சைவர்களின் முதற்கோவிலான சிதம்பரமும், வைணவர்களின் தலைப்பெருங் கோயிலான திருவரங்கமும் தெற்கு நோக்கியே அமைந்துள்ளன. மேற்கு நோக்கி அமைந்த சைவ, வைணவக் கோயில்களும் தமிழ்நாட்டில் ஓரளவு காணப்படுகின்றன. தமிழ்நாட்டுக் குடைவரைக் கோயிலின் சந்நிதிகள் கிழக்கு, மேற்கு, தெற்கு, வடக்கு என எல்லாத் திசைகளையும் நோக்கி அமைந் திருப்பதைக் காணலாம். இந்த இடத்தில் குடைவரைக் கோயில்களைப் பற்றிய மற்றொரு செய்தியையும் நாம் நினைவில் கொள்ள வேண்டும். தொடக்க காலத்தில், அதாவது மண்ணாலும், மரத்தாலும், செங்கற்களாலும் அமைக்கப்பட்ட கோயில்களைப் பாடிய தேவார மூவரும், ஆழ்வார்களும் தாங்கள் வாழ்ந்த காலத்தில் ஒற்றைக் கல்லாலும் குடைவரையாகவும் அமைக்கப்பட்ட திருக்கோயில்களைப் பாடவில்லை. முதலாம் மகேந்திரவர்மன் எடுப்பித்த வல்லம், தளவானூர், மண்டகப்பட்டு கோயில்களைத் தேவார மூவரும் பாடவில்லை என்பது குறிக்கத் தகுந்தது. நம்மாழ்வாரால் பாடப்பெற்ற திருமோகூருக்கும் அழகர்கோயிலுக்கும் இடைப் பட்ட தொலைவு 20 கிலோ மீட்டருக்கும் குறைவாகவே அமையும். இந்த இரண்டு கோயில்களையும் நம்மாழ்வார் பாடி யுள்ளார்; இவை இரண்டுக்கும் நடுவில் அமைந்துள்ள, கி.பி. 770இல் எடுக்கப்பட்ட குடைவரையான ஆனைமலை நரசிங்கப் பெருமாள் கோவிலை அவர் பாடவில்லை என்பது குறிப்பிடத் தகுந்தது. கல்லைக் குடைந்து செய்யப்பட்ட கோயில்களைத் தேவார மூவரும், ஆழ்வார்களும் புனிதமானதாகக் கருதவில்லை போலும். "அவர்கள் அதனை 'உத்தமம்' என்று கருதாது 'அதமம்' என்று கருதினர் போலும்" என வெ. வேதாசலம் போன்ற தொல்லியல் அறிஞர்கள் கருத்துரைக்கின்றனர்.

கோயில்களின் அமைப்பில் ஆகம வரம்பு மீறிய மற்றொரு செய்தியையும் இவ்விடத்தில் குறிப்பிட்டாக வேண்டும். இசுலாமியர் படையெடுப்புக் காலத்தில் திருவரங்கம் கோயில் கொள்ளை அடிக்கப்பட்டுப் பல தொல்லைகளுக்குள்ளானதை "டில்லீசுவரனான துலுக்கன் திருவரங்கம் திருப்பதியிலேயும் வந்து புகுந்து ப்ரவேஸித்து .... கருவுலகம் முதலானவைகளை யும் கொள்ளையிட்டு அழகிய மணவாளநாயனர், சேரகுல வல்லியார் (முதலான விக்ரஹங்களையும் எடுத்துக்கொண்டு ஸர்வத்தையும் கொண்டு போகையில்" என்று குறிப்பிடுகிறது.[13] அதே கோயிலொழுகு, திருவரங்கன் ஆணையால் சாந்து

நாய்ச்சியார் என்ற துலுக்க நாய்ச்சியார் திருவரங்கம் கோயிலில் திருநிலைப்படுத்தப்பட்டதனைப் "பெருமாள் நியமனத்தினாலே ராஜ மகேந்திரன் திருவீதியில் வடகீழ் மூலையிலேயே திருநடை மாளிகையிலேயே அறையாகத் தடுத்து அந்த டில்லீசுவரன் புத்திரியான ஸுரதாணியை சித்திரரூபமாக எழுதி வைத்து ப்ரதிஷ்டிப்பித்து" என்றும் குறிப்பிடுகிறது.[14]

இத்தகைய பின்னணியில் நாம் அழகர்கோயில் அமைப்பின் தனித்தன்மைகள் குறித்து விளங்கிக்கொள்ளவேண்டும். இந்த ஒரு கோயிலை மட்டும் கணக்கில் எடுத்துக்கொள்ளாமல், பொது வாகத் தமிழகக் கோயில் அமைப்பு குறித்த பார்வையோடு இக் கோயிலை நாம் அணுசு வேண்டும். ஒரு கோயிலின் அமைப் பையும் அதன் நடைமுறைகளையும் வகுப்பதில் எழுதப்பட்ட விதிகளுக்கும் மேலாக, அக்கோயில் அமைந்த நிலப்பகுதி, அந்நிலப்பகுதியின் அரசியல் வரலாறு, அந்நிலப் பகுதியில் வாழும் மக்களோடு காலந்தோறும் கோயில் கொண்டுள்ள உறவு ஆகியவை குறிப்பிடத் தகுந்த பங்கினை வகிக்கின்றன.

குறிப்புகள்

1. ஆய்வாளருக்கு நேரில் தெரிவித்த கருத்து. நாள் 2/.5.1976. இளையான்குடியிலுள்ள ஒரு கல்வெட்டால் இந்த மதில் 'கோதண்டராமன் திருமதில்' என்ற பெயருடன் விளங்கி யதைக் சுல்வெட்டறிஞர் வெ. வேதாசலம் குறிப்பிடுகிறார்.
2. A.R.E. 4 of 1932
3. C. Krishnamurthy, Thiruvorriyur Temple (Unpublished thesis, Madras University), p. 88.
4. K.V. Soundararajan, Art of South India - Tamil Nadu & Kerala, p. 103.
5. A.R.E. 307 of 1930
6. A.R.E. 270 of 1930
7. A.R.E. 83 of 1929
8. A.R.E. 84 of 1929
9. A.R.E. 331 of 1930
10. A.R.E. 83 of 1929
11. A.R.E. 14 of 1932
12. K.V. Soundararajan, 'Tamil Temple Architechture and Art'; Splendours of Tamil Nadu - Mulk Raj Anand (Ed.) p. 36.
13. கோயிலொழுகு (எஸ். கிருஷ்ணசாமி ஐயங்கார் பதிப்பு) 1976, ப. 19.
14. மேலது, ப. 29.

கள்ளரும் அழகரும் கள்ளழகரும்

அழகர்கோயிலில் ஆண்டுதோறும் சித்திரை மாதம் ஒன்பது நாள் நடைபெறும் சித்திரைத் திருவிழாவின்போது நான்காம் திருநாளன்று அழகர், கள்ளர் திருக்கோலத்துடன் மதுரைக்குப் புறப்படுகிறார். ஒன்பதாம் திருநாளன்று இரவு கோயிலுக்குத் திரும்பவும் வந்து சேர்கிறார்.

"துர்வாச முனிவரால் தவளையாகும்படி சபிக்கப்பட்ட சுதபஸ் முனிவரின் சாபவிமோசனத்தின் நிமித்தமாகவும். சுந்தரத்தோளுடையான் என்று ஸ்ரீ ஆண்டாள் மங்களாசாசனம் செய்த சுந்தரத் தோள்களுக்கு வருஷம் ஒருமுறை ஆண்டாள் சாற்றிக் கொடுத்தத் திருமாலையை ஏற்றுக்கொள்ளும் பொருட்டும் ஸ்ரீசுந்தரராஜன் 'கள்ளழகர்' திருக்கோலத்துடன் மதுரைக்கு எழுந்தருளுகிறார்" என்று கோயில் அழைப்பிதழ், அழகர் மதுரைக்கு வருவதன் காரணத்தைக் கூறுகிறது.[1]

இத்திருவிழாவில் அழகர், கள்ளர் திருக்கோலம் பூண்டு வருகிறார். 'நீ ஒருவர்க்கும் மெய்யனல்லை' என்று பெரியாழ் வாரும், 'வஞ்சக் கள்வன் மாமாயன்' என்று நம்மாழ்வாரும், இத்தலத்து இறைவனான – அழகரைப் பாடியிருப்பதைக் காட்டி அது காரணமாகவே அழகர், கள்ளா வேடம் பூண்டு வருகிறார் என்று புராணிகர்கள் கூறுகின்றனர். இக்கருத்து பொருத்த மானதன்று.

கள்ளர் என்ற சாதியாரில் அழகர்மலைப் பகுதியிலும் மேலூர் பகுதியிலும் வாழ்கின்ற 'மேலநாட்டுக் கள்ளர்' என்ற பிரிவினர் போல அழகர் வேடமிட்டு வருகிறார். அச்சாதியினரின் ஆசாரங்களுக்கேற்ற வேடத்தையே அழகர் புனைந்து வருகிறார் என்பது தெளிவு. கைக்கொன்றாக வளதடி எனப்படும் வளரித்தடி, சாட்டை போன்ற கம்பு, மேலநாட்டுக் கள்ளர் சாதி ஆண்கள் இடுகின்ற கொண்டை, தலையில் உருமால், அவர்கள் பெரிதும் விரும்பி அணியும் வண்டிக்கடுக்கன் – இவ்வாறு அமைகிறது கள்ளர் வேடம்.

'வளதடி' எனப்படும் வளரித்தடியை ஆங்கிலேயர் Boomerange என்று குறிப்பிடுவர். மேலநாட்டுக் கள்ளரும், சிவகங்கை,

புதுக்கோட்டைப் பகுதியில்வாழ் கள்ளரும் இக்கருவியைக் கையாள்வதில் பெரும்புகழ் பெற்றவர்கள். "மனிதன் முதன் முதலாகப் பயன்படுத்திய கருவிகளில் வளரித்தடியும் ஒன்று" என்று கலைக்களஞ்சியம் கூறுகிறது.[3] 'மதுரை மாவட்ட அரசிதழ்' நூலை எழுதிய பிரான்விஸ், தென்னிந்திய சாதிகளைப் பற்றிய நூல் எழுதிய எட்கர் தர்ஸ்டன், 'இராணுவ நினைவுகள்' என்ற நூலை எழுதிய கர்னல் வெல்ஷ் ஆகியோர் தம் நூல்களில் இக்கருவியைப் பற்றியும், கள்ளர் இனத்தவர் இதைக் கையாண்ட முறை பற்றியும் நிறைய எழுதியுள்ளனர்.[4] 'சிவகங்கை சரித்திர அம்மானை' என்ற நூல் பெரியமருது வளரியினால் மல்லாரிராவின் தலையை அறுத்த செய்தியை

செயிவளரி தன்னைத் திருமால் முதலையின்மேல்
பேசிவிட்ட சக்கரம்போல் பெரியமரு தேந்திரனிவன்
வீசி எறிய விலகாமல் மல்லராவு
தலையை நிலைகுலையத் தானறுத்துத் தாங்காமல்
வலுவாய் வடகரையின் வாய்க்காலில் போட்டதுவே

என்று குறிக்கிறது.[5] தன்மபுத்திரன் எழுதிய 'வாளெழுபது' என்ற நூலும் வளரியைக் குறிப்பிடுவதாக மீ. மனோகரன் எழுதுகிறார்.[6]

"வளரி என்னும் இவ்வாயுதம் இந்தியாவிலேயே தமிழ்ப் பகுதியிலேதான் பயன்படுத்தப்படுகிறது.... 1983 மார்ச்சில் சிவகங்கைக்கு அண்மையில் இந்த 'பூமராங்குகள்' பயன்படுத்தப் படுவதை நேரில் காணும் வாய்ப்பு எனக்குக் கிட்டியது" என்று புரூஸ் புட் (Bruce Foote) என்ற ஆய்வாளர் குறிப்பிடுகிறார்.

கைக்கொள்றாக வளரி ஏந்திய அழகருக்கு இடப்படும் கொண்டையும் கள்ளர் சாதியில் ஆண்கள் இடுகின்ற கொண்டையே சாதாரணமாகப் பெண்கள் இடுகின்ற கொண்டையைப் போலப் பிடரியின் கீழ்ப்பகுதியில் தொடங்கி தோளை நோக்கிச் சரிந்ததாக இல்லாமல் நடுப்பகுதியில் இக்கொண்டை நேரானதாக அமைந்துள்ளது. இச்சாதியினரில் முதியவர் ஓரிருவர் இக்கொண்டை இட்டிருப்பதை நான் நேரில்

'மதுரை இதழ்' என்ற நூலெழுதிய நெல்சன், "கள்ளச் சாதியில் 15 வயது ஆன ஆண்மகன் தாள் விரும்பும்வரை முடி வளர்த்துக் கொள்ளலாம். சிறுவர்களுக்கு இந்த உரிமை இல்லை"[7] என்று குறிப்பிடுவது இச்சாதியில் ஆண்கள் கொண்டையிடும் வழக்கத்தை உறுதிப்படுத்துகிறது. வண்டிக்

கடுக்கன் காது மடலோடு ஒட்டியதில்லை. மிகப் பெரிய காது வளையம் இது. அடிப்புறத்தில் கல் வைத்துக் கட்டப்பட்டிருக் கிறது. இச்சான்றுகளால் அழகர் போல் நாட்டுக் கள்ளர் போல் வேடம் புனைந்து வரும் செய்தி உறுதிப்படுகிறது.

இக்கோயில், 'கள்ளழகர் கோயில்' என்று பத்தொன்பதாம் நூற்றாண்டிலிருந்துதான் அவணங்களில் குறிக்கப்படுகிறது. ஆழ்வார்கள் பாசுரங்களில் மட்டுமின்றி இக்கோயிலில் உள்ள 123 கல்வெட்டுகளில் ஒன்றில்கூட இப்பெயர் வழங்கக் காணவில்லை. அழகர் குறவஞ்சி, அழகர் கலம்பகம், அழகர் பிள்ளைத்தமிழ், அழகர் கிள்ளைவிடுதாது, இருபதாம் நூற்றாண்டிலெழுந்த சோலை மலைக் குறவஞ்சி ஆகிய இலக்கியங்களும் இதைப்பற்றி எந்தக் குறிப்பையும் தரவில்லை. அழகர் கிள்ளை விடுதூது அழகர் மதுரைக்கு வந்து வைகையாற்றில் இறங்குவதைப் பற்றி மட்டுமே பாடுகிறது. மதுரைக்கு வரும் அழகுரை வரவேற்கும் வகையிலமைந்த அழகர் வருகைப் பத்தும் கள்ளர் வேடமிடுவதைக் குறிக்கவில்லை. சென்னை கீழ்த்திசை ஓலைச்சுவடி நூலகத்திலுள்ள 'திருமாலிருஞ் சோலைமலை அழகர் மாலை' என்னும் நூல் மட்டும் (R. 8462).

கள்ளக் குடிகட்கு உரிமை அமைத்தருள் காரணத்தால்
கள்ளர்க்குரிய அழகப்பிரான் எனக் காதலுரைத்(து)
உள்ளத் துறையும் பிரானே அழகில் ஓப்பிலியே

என்று கள்ளழகர் என்ற பெயரையும், கள்ளர்க்கு உரிமை யுடையவர் அழகர் என்ற செய்தியினையும் குறிப்பிடுகிறது.[9]

அழகர் வருணிப்பு என்னும் பாடல் அழகர் கள்ளர் வேட மிடுவதைக் கள்ளர் வேடம் தானெடுத்து, கையில் வளைதடியும் தான் பிடித்து என்று குறிப்பதோடு அதற்குரிய கதையினையும் குறிக்கிறது."[10] (நாற்பது ஆண்டுகளுக்கு முன் இராம் குருசாமிக் கோனார் என்பவரின் பேவண்டுகோளுக்கிணங்க இராமசாமிக் கவிராயர் எழுதிய பெரிய அழகர் வருணிப்பும் கள்ளர் வேடத்தில் அழகர் வருவதை விரித்துரைக்கின்றது.

அழகர் வருணிப்பு கூறும் கதை இதுதான்: அழகர், கோயிலி லிருந்து மதுரை வரும் வழியில் கள்ளந்திரி தாண்டுகிறார். அப்போது,

கள்ளர் வழி மறித்து – காயாம்பு மேனியை
கலகமிகச் செய்தார்கள்

வள்ளலாரப்போது – நீலமேகம்
கள்ளர்களைத்தான் ஜெயிக்க

மாயக்கணையெடுத்து – ஆதிமூலம்
வரிவில்லில்தான் பூட்டி

ஆயர் தொடுத்துவிட – நரசிங்க மூர்த்தி
அப்போது கள்ளருக்கு

கண்ணு தெரியாமலப்போ – என் செய்வோமென்று
கள்ளர் மயங்கி நின்றார்

புண்ணாகி நொந்து கள்ளர் – காயாம்பூ மேனியிடம்
புலம்பியே யெல்லாரும்

வழி வழிவம்சமுமாய் – நீலமேகத்திற்கு
வந்தடிமை செய்யுகிறோம்

ஒளிவு தெரியும்படி – ஆதிமூலம்
உம்மாலவிந்த கண்ணை

திறக்க வேணுமென்று சொல்லி – கள்ளர்
மார்க்கமுடனே பணிந்தார்[12]

உடனே அழகர் "நான் வண்டியூர் சென்று மீண்டும் மலைக்குத் திரும்பும்வரை என் உண்டியலைத் தூக்கிக்கொண்டு வாருங்கள்" என்று கட்டளையிடுகிறார்.

இப்பகுதி மக்களிடம் வழங்கும் கதையும் இதே செய்தியைத் தான் சொல்கிறது. ஆனால் கள்ளந்திரி மண்டபம் தாண்டி வந்த போது இந்நிகழ்ச்சி நடத்ததாக அழகர் வருணிப்பு சொல்ல, மக்களிடம் வழங்கும் கதையோ இச்சம்பவம் காரைக் கிணற்றில் (காதக்கணறு) நடந்ததாகவே கூறுகிறது. இரண்டிடங்களுக் கிடையில் 5 கி.மீ. தொலைவு உள்ளது. பெரிய அழகர் வருணிப்பும் காரைக் கிணற்றில் இந்நிகழ்ச்சி நடந்ததாகவே கூறுகிறது. சிறிய அழகர் வருணிப்பு மற்றோரிடத்தில் "காரைக்கிணார் கடந்தார் – என்னையன் கள்ளர் பயமே தீர்ந்தார்"[13] என்று கூறுகிறது. தவிரவும் இப்பகுதி மக்களிடத்தில் "காரைக்கிணறு சுழிச்சேன் கழிச்சேன் – கள்ளர் வேஷம்

போட்டேன் போன்டேன்” என்று அழகர் சொல்வதாக வழங்கும் சொல்லடையும் இக்கருததை உறுதி செய்வதால். கள்ளர் அழகர் ஊர்வலத்தை மறித்த இடம் காரைக்கிணறுதான் என்று உறுதியாகக் கொள்ளலாம். இச்சொல்லடை, நிகழ்ச்சி நடந்த இடத்தோடு அழகர் காரைக்கிணறு தாண்டிக் கள்ளர் வேடமிடுவதாக ஏதோ உறுதி (சத்தியம்) செய்து கொடுப்பது போலவும் சொல்கிறது.

அழகர் ஊர்வலம் கள்ளர்களால் வழிமறிக்கப்பட்டது தொடர்பாக ஒரு சிறு சடங்கு மட்டுமே இப்பொழுது நடை பெறுகிறது. விழா முடிந்தபின் அழகர் தன் கோயிலுக்குத் திரும்பும் வழியில் தல்லாகுளம் பெருமாள் கோயிலுக்குப் பின்புறமாக, அழகர் ஏறிவரும் பல்லக்கை மாங்குளம் கிராமத்தினரான கள்ளர் சாதியினர் சிலர் பெருஞ்சத்தத்துடன் வழிமறிக்கின்றனர். பல்லக்கை இரண்டு மூன்று முறை சுற்றி வந்தபின் பல்லக்கின் முன் கொம்பினை ‘வாழாக்கலை’ என்னும் ஈட்டியால் குத்துகின்றனர். சில நிமிடங்களுக்கு ஒரு நாடகம் போல இந்நிகழ்ச்சி நடத்தப்பெறுகிறது.

வெள்ளியங்குன்றம் ஜமீன்தார், நாயக்கராட்சியின்போது அழகர் கோவில், ‘வடக்குக்கோட்டை கொத்தழம்’ பாதுகாவல் பொறுப்பிலிருந்தார். அழகர் ஊர்வலம் திருமலை நாயக்கர் காலத்தில்தான் மதுரை வந்தது. அதற்கு முன் சோழவந்தான் அருகிலுள்ள தேனூர் சென்றது. வெள்ளியங்குன்றம் ஜமீன்தாருக்கு சகம் 1591இல் (கி.பி.669) திருமலை நாயக்கர் வழங்கிய பட்டயம் வேடர்கள் (வலையர் எனப்படும் மூப்பனார் சாதியினர்) இக்கோயிலில் நகைகளையும் பாத்திரங்களையும் கொள்ளையிட்ட செய்தியைக் குறிக்கிறது. இப்பட்டயம் திருமலை நாயக்கர் மறைந்து பத்தாண்டுகளுக்குப் பின்னரே வழங்கப்பட்டுள்ளது. இதற்குமுன் சகம் 1489இல் (கி.பி. 1567) விசுவநாத நாயக்கர் வழங்கிய பட்டயம் கள்ளர்கள் அழகர் கோயிலுக்கு வந்த பக்தர்களைக் கொள்ளையடித்துத் தொல்லை கொடுத்த செய்தியைக் குறிக்கிறது.

இரண்டு பட்டயங்களிலும் அழகர் சப்பரத்தை மறித்த செய்தியோ, கள்ளர் வேடம் பற்றிய குறிப்போ காணப்பட வில்லை. எனவே நாயக்கராட்சியின் வீழ்ச்சியின்போது, நாட்டில் அரசியல் தலைமை பலவீனமடைந்திருந்த காலத்திலேதான் இந்நிகழ்ச்சி நடந்திருக்கலாம் என்று எண்ணத் தோன்றுகிறது.

அழகர் மதுரை வரும்போது தல்லாகுள பெருமாள் கோயிலில்

கள்ளர் வேடத்தைக் களைந்து பெருந்தெய்வக் கோலம் புனைகிறார். திரும்பும்போது தல்லாகுளம் சேதுபதி மண்டபத்தில் மீண்டும் கள்ளம் வேடம் அணிகிறார். தல்லாகுளத்திற்கும் வண்டியூருக்கும் இடைப்பட்ட பகுதியில் பெருந்தெய்வமாகவே அவர் காட்சி தருகிறார். தல்லாகுளத்தில் கள்ளர் வேடமிடும் இடத்தில் அழகரின் வாசல் காவலனான பதினெட்டாம்படிக் கருப்பசாமிக்கு ஒரு கோயில் உள்ளது. அழகர் வரும்போது அந்த இடத்தில் அவரைப் பாண்டிமுனி மறித்துக் கொள்வதாகவும், அதனால் அழகர்கோயிலில் இருந்து வந்த கருப்பசாமி தல்லாகுளம் பாண்டி முனியை விரட்டிவிட்டு அவ்விடத்தில் தான் கோயில் கொண்டு நிலையாக அமர்வதாகவும் மக்களிடையே ஒரு கதை வழங்கி வருகிறது. இக்கதையும், வேறு சில சான்றுகளும் கள்ளர் வேடத்தில் வந்த அழகர் ஊர்வலம் தல்லாகுளத்தில் வழிமறிக்கப்பட்டதோ என்ற ஐயத்தை எழுப்புகின்றன. இது, விரிவான மற்றொரு ஆய்வுக்குரியது.

சித்திரை மாதம் அழகர் அற்றில் இறங்கும் திருவிழா, மதுரை தவிரப் பரமக்குடி, மானாமதுரை ஆகிய ஊர்களிலும் பெரிய அளவில் நடைபெறுகிறது. அங்கும் கள்ளர் வேடம் உண்டு. மதுரை சித்திரைத் திருவிழாவின் செல்வாக்கு காரணமாக இவற்றின் மறுவடிங்களாகவே அவை விளங்குகின்றன.

ஆழ்வார்களில் பெண்பாலரான ஆண்டாளுக்கு அழகரிடத்திலுள்ள ஈடுபாட்டின் காரணமாகவும் ஆண்டாள் சூடிக் கொடுத்த மாலையினைச் சித்திரை விழாவில் அழகர் சூடுவதனாலும், திருவில்லிபுத்தூரிலும் மார்கழி மாதம் நடைபெறும் நீராட்டுத் திருவிழாவின் இரண்டாம் நாளில் இதே போன்ற கள்ளர் வேடம் திருமாலுக்கு இடப்படுகிறது. பெரும்பாலும் மதுரைப் பகுதியிலுள்ள வைணவக் கோயில்களிலும், நவராத்திரிக் கொலுவின்போது சில அம்மன் கோயில்களிலும் கடவுளுக்குக் ‘கள்ளர்’ வேடமிடுகின்றனர். இவ்வடிவத்தை அக்காலச் சமுதாயம் ஏற்றுக்கொண்ட விதத்திற்கு இவை சான்றுகளாகும்.

அழகரின் கள்ளர் கோலம், அதற்கான கதை, சடங்குகள், நம்பிக்கைகள் இவற்றிலிருந்து நம்மால் உண்மையாக நடந்திருக்கக் கூடிய நிகழ்ச்சிகளை ஊகித்து உணர முடிகிறது.

அழகர்கோயிலுக்குத் தெற்கிலும் கிழக்கிலும் மேலைநாட்டுக் கள்ளர்களே பெருந்தொகையாக வாழும் சாதியினராவர்.

அவர்கள் வைணவ மரபினர் அல்லர். மிகப்பெரிய சொத்துடைமை நிறுவனமாகிய கோயிலோ ஒரு மலைப் பகுதியில் அமைந்துள்ளது. ஆள் வலிமையும் ஆயுத வலிமையும் உடைய கள்ளர் சாதியினர் தங்கள் மரபுவழி நாட்டுப் பகுதியில் நுழைந்து, மதுரைக்கு வரும் அழகரின் ஊர்வலத்தை மறித்துக் கொள்ளையிட முனைகின்றனர். கோயிலின் மேலாண்மையை ஏற்றிருந்த மேல்சாதியினர் 'கோயிலும் இறைவனும் உங்களுக்கும் பொது' எனச் சமரசம் செய்துகொள்ள முன்வருகின்றனர். சமரசத்தின் வெளிப்பாடாகக் கோயில் நடைமுறைகளில் கள்ளர்க்கு மரியாதைகள் வழங்கப்படுகின்றன. ஆடிமாதத் தேர்த் திருவிழாவில் நான்கில் மூன்று வடங்களை இழுக்கும் உரிமை மேல்நாட்டுக் கள்ளர்க்கு வழங்கப்படுகின்றது. சித்தரைத் திருவிழாவில் அழகர்கோயிலுக்கும் தல்லாகுளத்திற்கும் இடைப்பட்ட பகுதியில், கள்ளர் சாதியின் ஆண்மகனைப் போல இறைவனுக்கு வேடமணிவித்து வரவும் கோயிலார் உடன்படு கின்றனர்.

நிலமானிய மதிப்பீடுகள் வலிமையாக இருந்த அக்காலத்தில் 'கோயில் மரியாதை' என்பது கள்ளர் சாதியாருக்குக் கிடைத்த மிகப்பெரிய அங்கோரமாகக் கருதப்பட்டிருக்கின்றது. ஆகையால் அவர்களும் இதற்கு உடன்பட்டிருக்கின்றனர். வைணவ மதம் சார்ந்த கோயில், ஒரு பண்பாட்டுச் சமரசத்தை வெற்றிகரமாகச் செய்து முடித்துத் தன்னையும் தன் சொத்துகளையும் காத்துக்கொண்டிருக்கிறது. நாளடைவில் கோயிலும் கள்ளழகர் கோயில் என்றே வழங்கப்படலாயிற்று. இதுவே அழகர், கள்ளழகர் ஆன கதையாகும். மதுரை நகரத்தின் அரசியல் தலைமை வலிமையிழந்து போயிருந்த காலத்தில்தான் (உத்தேசமாக கி.பி. *1690–1742*) இந்த நிகழ்ச்சி நடைபெற்றிருக்கலாம் என்று தோன்றுகிறது.

தமிழ்நாட்டு வைணவம் இதுபோன்ற பல அனுபவங்களைக் கொண்டிருக்கிறது. சான்றாக, ஆழ்வார் திருநகரி நம்மாழ்வார் திருவுருவத்தை முசுலீம் படையெடுப்புக் காலத்தில் பொதிய மலை அடிவாரத்தில் ஒரு சுனையில் போட்டுவிட்டனர். பகையச்சம் நீங்கிய பின் அந்த இடத்தை அடையாளம் கண்டு, ஆழமான சுனையிலிருந்து அந்த விக்கிரகத்தை ஒரு குறவன் எடுத்துத் தந்தான் என்பர். அவனுக்கு மரியாதை செய்யும் பொருட்டு, இன்றளவும் நாள்தோறும் சிறிது நேரம் நம்மாழ்வார் விக்கிரகத்துக்கு, 'குறவன் கொண்டை' இடப்படுகிறது.

ஆகமரீதியான சடங்குகளோடு ‘சம்பிரதாயம்’ என்ற பெயரில் பல சடங்குகள் வட்டார வேறுபாடுகளோடு தமிழ்நாட்டு வைணவத்தில் கலந்துள்ளன. அவ்வாறான சடங்குகளில் பெரும்பாலானவை பிற்படுத்தப்பட்ட, தாழ்த்தப்பட்ட சாதியாருக்கு மதத்தின் எல்லைக்குள் பெருமளவு உரிமை தந்துள்ளன. “ஆசாரியர்களுடைய கருத்தில் உருவாகி உபதேச பரம்பரையிலேயே தனியாக வளர்ந்து வந்த தமிழ்நாட்டு வைணவத்திற்கும், ஆகமங்களையும் ஆகம சம்பிரதாயங் களையும் நேராகப் பின்பற்றி வந்த ஆலயங்களுக்கும் நேரான தொடர்பு கிடையாது” என்று வைணவ அறிஞர் ராமாநுஜ தாத்தாச்சாரியர் விளக்குகிறார்.[18] ஆயினும் இச்சம்பிரதாயங்கள் பின்னர் ஆலய நடைமுறையோடு கலந்துவிட்டன. புதிய சம்பிரதாயங்களும் உருவாகி அவற்றையும் ஆலயங்கள் ஏற்றுக் கொண்டுவிட்டன.

இராமானுசருக்குப் பின் தமிழ்நாட்டு வைணவம் சாது வேறு பாடுகளைத் தாண்டி சாதாரண மக்களோடு கலந்தது. அதன் விளைவாக இவ்வகையான நடைமுறைகளை வைணவம் விரும்பி ஏற்றுக்கொண்டது. இக்கருத்துக்குச் சார்பான நடைமுறைகளை தமிழ்நாடு முழுவதும் வைணவக் கோயில்களில் காணலாம். தமிழ் நாட்டில் அரச ஆதரவை மிகக்குறைந்த அளவில் பெற்ற மதம் வைணவம்தான். எனவே நேரடியாகவே மக்களைத் தன் பக்கம் ஈர்க்க வேண்டிய சூழ்நிலையும் கட்டாயமும் அதற்கு ஏற்பட்டது. விளைவாக ஆகம வழிபாட்டு முறைகளும் நாட்டார் வழிபாட்டு முறைகளும் கலந்து வளர்ந்ததாகத் தமிழ்நாட்டு வைணவம் புதிய உருக்கொண்டது.

குறிப்புகள்

1. *சித்திரைத் திருவிழா அழைப்பிதழ், 1977, அழகர்கோயில், ப.1*
2. *பெரியாழ்வார் திருமொழி (நாலாயிரத் திவ்வியப்பிரபந்தம், திருவேங்கடத்தான் திருமன்றம் பதிப்பு, 1973, சென்னை) பா. 454, நம்மாழ்வார் திருவாய்மொழி, பா. 3140.*
3. *கலைக்களஞ்சியம், தொகுது 6, ப. 684.*
4. Col. Welsh, Military Reminiscensew quoted by *மீ. மனோகரன், ‘வளரி’ (கட்டுரை), மன்னர் கல்லூரி வெள்ளிவிழா மலர், சிவகங்கை, 4973, ப. 83.*

5. சிவகங்கை சரித்திரம் கும்மியம் அம்மனையும், இ. சந்திர சேகரன் (ப.ஆ), கீழ்த்திசை ஓலைச்சுவடி நூலகம், சென்னை, ப. 148.

6. மீ. மனோகரன், 'வளரி' (கட்டுரை), மேலது, ப. 8.

7. Edger Thurston, Ethnographic Notes in Southern India (Reprint), 1975, p. 558.

8. J.H. Nelson, Manual of Madurai, Vol. II, p. 55.

9. திருமாலிருஞ்சோலைமலை அழகர்மாலை, கையெழுத்துப் படி, R. 8462. கீழ்த்திசை ஓலைச்சுவடி நூலகம், சென்னை, பா. 12.

10. அழகர் வருணிப்பு, ஸ்ரீமகள் கம்பெனி பதிப்பு, ப. 15.

11. இராமசாமிக் கவிராயர், பெரிய அழகர் வருணிப்பு (ஜி. ராமசாமிக்கோன்), 9ஆம் பதிப்பு, மதுரை, ப. 53.

12. அழகர் வருணிப்பு, பக். 6–7.

13. மேலது, ப. 7.

14. தகவல் தந்தவர் : பா.அ. மலையாண்டி அம்பலம், கொடிக்குளம், 15.11.77.

15. வெள்ளியக்குன்றம் ஜமீன்தாரிடமுள்ள செப்புப் பட்டயங்கள்.

16. மேலது.

17. தகவல் தந்தவர் : சுப்பையாத் தேவர், ஆவியூர் (அருப்புக் கோட்டை) 22.4.77

18. அக்னிகோத்ரம் ராமானுஜ தாத்தாச்சாரியார், வரலாற்றில் பிறந்த வைணவம், ஸ்ரீசாரங்கபாணி தேவஸ்தானம், குடந்தை, 1973, ப. 9.

உடைமையும் ஒழுக்கமும்

தமிழ்ச் சமுதாயத்தின் வரலாற்றில் பக்தி இயக்கம் மிகப்பெரிய இடம் ஒன்றினைப் பெறுகின்றது. கி.பி. ஆறாம் நூற்றாண்டில் அரும்பத் தொடங்கிய பக்தி இயக்கத்தின் வளர்ச்சி ஏழாம் நூற்றாண்டின் முற்பகுதியில் மிகப்பெரிய வீச்சினைப் பெறுகின்றது. திருநாவுக்கரசரும், திருஞானசம்பந்தரும், பெரியாழ்வாரும் இவ்வளர்ச்சியில் கணிசமான பங்கினை ஆற்றியுள்ளனர்.

பக்தி இயக்கத்தின் ஆற்றல் வாய்ந்த கருவியாக இலக்கியம் திகழ்ந்திருக்கிறது. பக்தி இயக்கத்தின் வெற்றிக்குரிய காரணங்கள் பல. அவற்றில் முதன்மையானது, பக்தி இலக்கியங்களைப் பாடியவர்கள் மானிட அனுபவங்களையே தம் இறை அனுபவமாக மாற்றிக்காட்டியது ஆகும். அன்புக்குரிய ஆணாகக் கடவுளும், அவன் அன்புக்கு ஏங்கி நிற்கும் பெண்ணாக மனிதனும் சித்தரிக்கப்பட்டுள்ளனர். அன்புக்குரிய ஆணும் பெண்ணும் சேரும்போது குடும்ப அமைப்பு உருவாகிறது. பக்தி இலக்கியத்தில் கடவுள் கணவனாக மட்டுமன்றி, பிள்ளைக்குத் தந்தையாகவும் மாறுகிறான். சில ஆண்டுகள் கழித்து அவன் பிள்ளையும் திருமணத்திற்கு உரியவனாகிறான். இவ்வாறு குடும்ப அமைப்பின் வளர்சசி நிலைகளைப் பக்தி இலக்கியத்தில் பரவலாகக் காணமுடிகிறது. எடுத்துக்காட்டாகத் திருநாவுக்கரசரின் தேவாரப் பாடல்களைக் காண்போம்.

1. வட்டணைகள் படநடந்து மாயம் பேசி
வலம்புரமே புக்கங்கு மன்னினாரே
(திருவலம்புரம் – திருத்தாண்டகம்)

இது, காதல் வசப்பட்ட பெண் ஒருத்தி ஆணின் அன்புக்கு ஏங்கும் நிலை.

2. துறைகளார் கடல் தோணிபுரத் துறை
இறைய னார்க்கிவள் என்கண்டு அன்பாவதே
(திருத்தோணிபுரம் – திருக்குறுந்தொகை)

இது, பெண்ணைப் பெற்ற ஒரு தாயின் வியப்பு.

3. தலைப்பட்டாள் நங்கை தலைவன் தாளே
(திருவாரூர் திருத்தாண்டகம்)

இது, பெண் ஆணைத் தேடிக் கலந்துவிட்ட செய்தி. அதாவது அவர்கள் கணவன் மனைவி ஆகிவிட்டனர்.

4. சூடினார் கங்கையாளைச் சூடிய துழனி கேட்டங்(கு)
ஊடினாள் நங்கையாளும்
(திருவதிகை வீரட்டானம் - திருநேரிசை)

இது, மணவாழ்வின் கடல் பற்றிய படப்பிடிப்பு.

5. படைமலிந்த மழுவாளும் மானும் தோன்றும்,
பன்னிரண்டு கண்ணுடைய பிள்ளை தோன்றும்
(திருப்பூவணம் திருத்தாண்டகம்)

இது, மகனும் தந்தையும் தந்த திருக்காட்சி.

6. நங்கடம்பனைப் பெற்றவள் பங்கினன்
தென் கடம்பைத் திருக்கரக் கோயிலான
(திருக்கடம்பூர் - திருக்குறுந்தொகை)

இது, கணவனும் மனைவியும் பிள்ளையுமான சிறு குடும்பத்தின் அமைப்பு,

7. குறவிதோள் மணந்த செல்வக் குமரவேள் தாதை
(திருப்பெருவேளூர் - திருநேரிசை)

இது, மகனும் வளர்ந்து மணமகன் ஆன கதை.

துறவு நெறியாகிய சமணத்தையும் பௌத்தத்தையும் எதிர்ப்பதற்குக் குடும்ப அமைப்பை முன்னிலைப்படுத்தியது பக்தி இயக்கம் எனலாம். அந்தச் சிந்தனையோடுதான் மானிட அனுபவங்கள் பக்தி அனுபவங்களாகக் காட்டப்பட்டன.

பக்தி இயக்கத்தின் வளர்ச்சிக்குக் காரணமாகத் தமிழ்நாட்டில் நிகழ்ந்த வரலாற்றுப் போக்கு, நிலவுடைமையின் வளர்ச்சியாகும். சங்க காலத்தின் இறுதிக் கட்டத்திலேயே தமிழ்நாட்டு வேந்தர்கள் 'குளந்தொட்டு வளம் பெருக்க' புதிய பயிர் நிலங்களை உருவாக்கினர். பயிர் நிலங்களின் அளவோடு அவற்றுக்கு உரிமையாளரான கிழார்களின் எண்ணிக்கையும் பெருகியது. அரசனுக்கு அருகிருந்த பார்ப்பனரும் கிழார்களும் இணைந்து வேள்வி நடத்தினர் (புறம். 166). சிவபெருமான் நிலவுடைமையோடு சேர்ந்த தெய்வமாக்கப்பட்டான். 'உடையார்' என்பது இறைவனைக் குறிக்கும் சொல்லாயிற்று.

நிலவுடைமையால் குவிந்த செல்வம் காரணமாகச் சிவபெருமானுக்கு ‘மூலபண்டாரம்’ (திருவாசகம்), அதாவது ‘அனைத்துச் செல்வங்களின் இருப்பிடம்’ என்றும் பெயர் வழங்கப்பட்டது.

காட்டிலே வாழும் வேட்டுவ வாழ்க்கையை விடவும், கால்நடை வளர்க்கும் காட்டு வாழ்க்கையை விடவும், நன்செய் வேளாண்மையை மையமாகக் கொண்ட மருதநில வாழ்க்கை யிலேதான் செல்வம் குவிந்தது. மருத நிலத்தின் செல்வ வாழ்க்கையில் வசதியுடையோர் வீட்டுப் பெண்கள் உடலுழைப்பில் இருந்து விலக்கப்பட்டனர். எனவே உழைப்பு சார்ந்த ஆடல்பாடல் போன்ற கலைகளிலிருந்தும் அவர்கள் அயன்மைப்பட்டனர். வேளாண் நாகரிக ஆண்களின் திரண்ட செல்வக் குவியல் ஆடல்பாடல்வல்ல பழைய பாண் மரபினரைப் பரத்தையர் ஆக்கியது.

“மருதத்தின் ஒழுக்க முறையான ஊடலின் சமூகப் பொருளாதார முக்கியத்துவம் எளிதில் புரியக்கூடியதே. மருதத்தின் வேளாண்மையின் வளர்ச்சியானது விரிவான தனி நிலவுடைமை வளர்ச்சிக்கு அடிகோலியது. பொருளாதார ஆதிக்கத்தின் அடிப்படையான உபரி உற்பத்தியினை மிகுந்த அளவில் நெல்லைச் சேமித்து வைப்பதனைச் சில பாடல்கள் வெளியிடுகின்றன. இத்தகைய செழுமையான நிலப்பிரபுத்துவ அமைப்பில், வீரயுகத்தின் பெண்குலக் கலைஞர்கள் பரத்தையர்களாக மாறினார்கள். பரத்தமை சமுதாயத்தால் ஏற்றுக்கொள்ளப்பட்ட, மண உறவுக்கு வெளியே இன்பம்காணும் வாயிலாக விளங்கிற்று. ஏனெனில் சொத்துரிமைக்கும், குடும்ப பரம்பரை உரிமைக்கும் இடையூறு செய்யாத ஒரு தனியுரிமையாக இது திகழ்ந்தது. அப்படி இருந்தபோதிலும் இது ஒரு மனிதாபிமானச் சிக்கலாகவும் அறைகூவலாகவும் மனையில் வாழும் கிழத்திக்கு இருந்தது. இதுபோன்ற உறவு முறையில் ஊடல் ஆதிக்கம் செலுத்துகிறது”

என்று பேராசிரியர் கா. சிவத்தம்பி திணைக் கோட்பாட்டினை விளக்குகிறார்.

சைவம் நிலவுடைமை சார்ந்து வளர்ந்த மதம் என்பதை ஆர். பானர்ஜி, ஜி.எஸ். குரே போன்றவர்கள் விரிவாகவே எடுத்துக்காட்டி உள்ளனர். எனவே நிலவுடைமை சார்ந்து வளர்ந்த ‘பரத்தமை’ என்ற நிறுவனத்தைச் சைவ சமயம் கண்டிக்கவில்லை; மாறாகத் தேவரடியார், பதியிலார், உருத்திர

கணிகையர், மாணிக்கத்தார், தளியிலார் என்ற பெயரோடு சோழ, பாண்டிய அரசுகளின் எழுச்சிக் காலத்தில் பரத்தமை கோயிலோடு சேர்க்கப்பட்டது. தேவார மூவரில் ஒருவரான சுந்தரர் திருவாரூர்க் கோயிலில் ஆடுமகளிர் மரபில் வந்த பரவை நாச்சியார் என்ற பெண்ணைக் கண்டு, காதல் மணமும் செய்துகொள்கிறார். இக்கதை தொடங்கி பல்வேறு வகையில் சைவ மரபுகள் பரத்தமையை அங்கீகாரம் செய்கின்றன. கி.பி. பத்தாம் நூற்றாண்டில் தஞ்சைக் கோயிலில் ஆடல்வல்ல, நானூறு பணி மக்களை (நக்கன் என்ற பெயரில்) அமர்த்திய முதலாம் இராசராசன் அவர்களுக்குத் தனித்தனியே வீட்டு வசதி அளித்த செய்தியினையும் தஞ்சைக்கோயில் கல்வெட்டு களால் அறிகிறோம்.

நிறுவன சமயங்களாக வளர்ந்த சைவத்திற்கும் வைணவத் திற்கும் தமிழகத்தில் பெருங்கோயில்கள் பல உண்டு. அரசர்களாலும், அரசியல் அதிகாரம் உடையவர்களாலும் இக்கோயில்கள் ஆக்கப்பட்டன. பெருஞ்சொத்துகளைக் கொண்டிருந்த இக்கோயில்கள், தங்கள் சமய எல்லையைக் கடந்து தத்தம் பகுதிகளில் பெருவாரியான அடித்தள மக்களின் பண்பாட்டைத் தீண்ட முற்படவில்லை. அதாவது பெருவாரி யான அடித்தள மக்களின் நினைவுகளிலும், இலக்கியம் போன்ற பண்பாட்டு வெளிப்பாடுகளிலும் இவை தங்களுடைய ஆளுமையினைச் செலுத்த முடியவில்லை. இதனை மீறி (விதிவிலக்காகத்) தடம்பதித்த பெருமை இரண்டு கோயில் களுக்கு மட்டுமே உண்டு. அவை சைவர்களின் மதுரை மீனாட்சி கோயிலும் வைணவர்களின் சீரங்கமும் (திருவரங்கம்) ஆகும்.

மதுரை, இன்றளவும் தமிழர்களின் பண்பாட்டுத் தலைநகரம் போலவே விளங்குகிறது. மதுரை மீனாட்சித் தெய்வம் பழந்தமிழரின் தாய்த்தெய்வ வழிபாட்டின் எச்சமாக விளங்குகிறது. மதுரை நகருக்கு அரசியாகி, திருமணத்திற்கு முன் பட்டம் சூடி, கணவனை விஞ்சிய பெருமை உடையதாக இத்தெய்வம் விளங்குகிறது. மதுரை வட்டாரத்தில் மட்டுமின்றித் தமிழகத்தின் எல்லாப் பகுதிகளிலும் தாலாட்டு, ஒப்பாரி எனப்படும் நாட்டார் பாடல்களில் மீனாட்சியின் அழகு, பெருமை, அவள் குடும்பம் நடந்தும் பாங்கு, அவள் அண்ணன் தன் தங்கைமீது காட்டும் பாசம் ஆகியவை பதியப்பட்டுள்ளன. தாலாட்டு, ஒப்பாரி ஆகிய இரண்டும் பெண்களுக்கே உரிமையுடைய படைப்பிலக்கியங்கள் என்பதனை நாம் மறந்து விடக் கூடாது.

தமிழ்நாடு முழுவதும் பரவலாக வழங்கி வரும் தாலாட்டுப் பாடல் ஒன்று மதுரை மீனாட்சி அவள் கணவன் சொக்கரோடு நடத்தும் குடும்பப் பாங்கினைப் பேசுகிறது. அச்சிடப்பட்ட தாலாட்டுப் பாடல் தொகுதிகளில் தமிழண்ணல், மா. வரத ராசன், ஆறு. அழகப்பன், அன்னகாமு ஆகியோரது தொகுதிகளிலும் இப்பாடல் இடம்பெற்றுள்ளது. தனிநபர்கள் சேகரித்த, அச்சிடப்படாத பாடல் தொகுதிகளிலும் இப்பாடலைப் பலர் கண்டுள்ளனர். ஒரு சில சொல் மாற்றங்களுடன் இப்பாடல் பெருமளவுக்கு ஒன்று போலவே கிடைத்துள்ளது.

மதுரைக்குத் தெற்கே
　மழை பெய்யாக் கானலிலே
தரிசாக் கிடக்குதுன்னு – மீனாள்
　சம்பாவ விட்டெறிஞ்சா
அள்ளி விதை பாவி – மீனாள்
　அழகு மலைத் தீர்த்தம் வந்து
வாரி விதை பாவி – மீனாள்
　வைகை நதித் தீர்த்தம் வந்து
சம்பா கதிரடித்து – சொக்கா
　தவித்துநிற்கும் வேளையிலே
சொணக் கிளிபோல – மீனாள்
　சோறு கொண்டு போனாளாம்
நேரங்கள் ஆச்சுதென்று – சொக்கர்
　நெல்லெடுத்து எறிந்தாராம்.
அள்ளி எறிந்தாராம்
　அளவறற கூந்தலிலே
மயங்கி விழுந்தாளாம் – மீனாள்
　மல்லிகைப்பூ மெத்தையிலே
சோர்ந்து விழுந்தாளாம்
　சொக்கட்டான் மெத்தையிலே
அழுத்குரல் கேட்டு
　அழகர் எழுந்திருந்து
வரிசை கொடுத்தாராம்:
　வையகத்தில் உள்ளமட்டும்
சீரு கொடுத்தாராம்
　சீமையிலேயே உள்ளமட்டும்
மானா மதுரை விட்டார்
　மதுரையிலே பாதிவிட்டார்.

தல்லாகுளமும் விட்டார்
தங்கச்சி மீனாளுக்குத்
தளிகையிலே பாதிவிட்டார்.

இத்தாலாட்டுப் பாடலோடு இதுவரை கிடைக்காத பிற்பகுதி ஒன்று இக்கட்டுரையாளருக்குக் கிடைத்தது. 1982 ஏப்ரலில் முகவை மாவட்டம் பரமக்குடி நகரின் வடபுறமாக அமைந்துள்ள காந்தி நகர் என்னும் பகுதியில், தேவேந்திரர் சாதியைச் சேர்ந்த மூதாட்டி ஒருவர் ஆய்வாளருக்கு இப்பாடலைப் பாடிக்காட்டினார். விளைந்த வயலைச் சொக்கர் பார்வையிட வருகின்ற இடத்திலிருந்து இந்த அடிகள் தொடங்குகின்றன.

அரிகுறுணி காணுமின்னு – என் அம்மா சொக்கர்
ஆளனுப்பிப் போகவிட்டார்
காரானை மேலிருந்து – என் அம்மா சொக்கர்
கதிரறுக்க வாராராம்
போரானை மேலிருந்து – என் அம்மா சொக்கர்
பொலியளக்க வாராராம்
வாரிப் பொலியளக்க – என் அம்மா சொக்கர்
வாரியலைச் சேகரிச்சார்
குமிச்சுப் பொலியளக்க – என் அம்மா சொக்கர்
குடும்பன்களைச் சேகரிச்சார்
நெல்லடிச்சு கோட்டை கட்டி – நல்ல என் கண்ணே
நெடும் பொலிய விட்டாத்தி
பொலியளந்த தூசியோட – என் கண்ணே சொக்கர்
போய் நொழைஞ்சார் தாசி வீடு
தாசி மயக்கமோ – என் அம்மா
தட்டாத்தி கைமருந்தோ
வேசை மயக்கமோ – என் அம்மா சொக்கர்
வீடு வந்துஞ் சேரவில்லை.

இந்தப் புதிய பகுதியைப் பின்னர் காணலாம். தமிழண்ணல், அழகப்பன், அன்னகாமு, வரதராசன் ஆகியோருக்குக் கிடைத்த பாடல்களின் தொடக்க அடிகள் புதிய வேளாண்மைப் பெருக்கத்தைக் காட்டுகின்றன. அதாவது புதிய நீர்க்கால்களை உருவாக்கி நஞ்சை நிலங்களின் அளவினைப் பெருக்கும் சமூக வளர்ச்சிக் கட்டம் ஒன்றினை அடையாளம் காட்டுகின்றன. மனிதகுல வரலாற்றில் மக்கள் தொகை பெருகும்போதெல்லாம் கிடைக்கின்ற நீர்வளத்தைக் கொண்டு பயிர் நிலங்களின்

அளவைப் பெருக்குவது ஒரு வரலாற்றுப் போக்காகும். இந்த அடிகள் சொக்கரின் துணைவி மீனாட்சியையும் வேளாண்மை யோடு தொடர்புபடுத்துகின்றன. ஏனென்றால் பயிர்த்தொழில் என்பது சமூக வளர்ச்சியில் பெண்களால் கண்டுபிடிக்கப்பட்ட தாகும். இவற்றோடு தொல்பழைய நம்பிக்கைகளும் கலந்து பெண் விதைப்புச் சடங்குக்கு உரியவளாகிறாள். இன்றளவும் மகப்பேற்று ஆற்றல் குறையாத மங்கலப் பெண்களே விதை நெல்லை அளந்தும், விதைப் பெட்டியை எடுத்தும் கொடுத்து வருகிறார்கள். இந்த நம்பிக்கையே மங்கலப்பெண் மீனாட்சியை விதைப்பு நிகழ்ச்சியோடு தொடர்புபடுத்தியது. இப்படித் தொடங்குகிற தாலாட்டு மீண்டும் குடும்ப அமைப்பிற்குள் புகுந்துகொள்கிறது. அதாவது, கணவன் மனைவியர்க்கு இடையில் சிறிய மனவருத்தங்கள் ஏற்படுகின்றன. இந்தச் செய்தி பெண்ணின் தாய்வீட்டுக்கு எட்டுகிறது. பெண்ணின் உடன் பிறந்தவன் (மீனாட்சியின் அண்ணனான அழகர்) திரண்ட சீர்வரிசைகளுடன் வந்து, தங்கை மைத்துனர் இருவரின் வருத்தங்களையும் தணிவிக்கின்றார். கணவன் மனைவியரின் மன வருத்தங்களுக்கான காரணங்களைக் கண்டறிய அவர் முயலவேயில்லை. இந்தப் பாடல் காட்டும் நிகழ்ச்சி, நேற்றுவரை நமது கிராமப்புற வேளாண் சமூகத்தின் அன்றாட நிகழ்வே ஆகும். இதன் பொருள் என்ன? பெண்ணுக்குச் சொத்துரிமை மறுக்கப்பட்ட சமூக அமைப்பில் பெண் தனக்குரிய பங்கினைத் திருமணத்தின்போது நகைகளாகவும் பின்னர், ‘சீர் வரிசை’ என்ற பெயரிலும் தொடர்ந்து பெற்றுக்கொள்ள முயல்கிறாள். அப்பொழுதும் நிறைவடையாது பிறந்த வீட்டிலிருந்து பெண் எடுத்தோ, பிறந்த வீட்டுக்குப் பெண் கொடுத்தோ தன் சொத்துடைமை உணர்வை நிறைவுசெய்துகொள்ளப் பார்க் கிறாள். முறைப்பெண் – முறை மாப்பிள்ளை என்ற வழக்கம் திராவிட நாகரிகத்தின் தனிப் பண்புகளில் ஒன்றாக அமைந்திருப்பதை நாம் எண்ணிப் பார்க்க வேண்டும். குடும்ப அமைப்பில் உடைமை உணர்வுகள் புகுந்த காலத்தில்தான் இவ்வுறவுமுறை வழக்கம் தோன்றியிருக்க வேண்டும்.

கட்டுரையாளருக்குக் கிடைத்த புதிய அடிகள் இந்தத் தாலாட்டின் வளர்ந்த நிலையினைக் காட்டுகின்றன. நிலக்கிழாரான சொக்கர் களத்துமேட்டிலிருந்து தாசி வீட்டுக்குச் செல்கிறார். நிலவுடைமையினால் பிறந்த செல்வச் செழிப்பு நிலக்கிழாரை நேரடியாகப் பரத்தமைக்குத் தூண்டியது என்ற சமூக வளர்ச்சிப் போக்கும் தெளிவாகப் புலப்படுகிறது.

இப்பாழுது மேலும் ஒரு கேள்விக்கு விடை கண்டாக வேண்டும். தமிழ்நாட்டின் தனிப்பெருங்கடவுள் ஆகிய சிவபெருமான் இப் பாடலில் பரத்தமையோடு தொடர்புபடுத்தப் படுகிறார். வேறு சொற்களில் கூறுவதானால் பரத்தமை தெய்வத்தின் பேரால் நிலைப்படுத்தப்படுகிறது. இது எவ்வாறு நிகழ்ந்தது?

சங்க இலக்கியங்கள் காட்டும் மருதத் திணையின் பரத்தமை, நிலவுடைமையின் வளர்ச்சியில் நேரடியாகப் பிறந்ததாகும். அக் காலத்தில் இருந்த கோயில்கள் மிகச் சிறிய வழிபாட்டு இடங்களாகவே விளங்கின. பின்னர் பக்தி இயக்கம் அரும்பிய காலத்தில் அவை வழிபாட்டு இடங்களாக மட்டுமல்லாமல் இயக்க மையங்களாசவும் விளங்கின. பக்தி இயக்க எழுச்சியைத் தொடர்ந்து உருவான சோழ பாண்டியப் பேரரசுகளின் காலத்தில் கோயில்கள் கருங்கற்களால் அமைந்த பெரிய கட்டுமானக் கோயில்களாகத் தொடங்கின. ஊரின் விளை நிலங்களனைத்தும் இறைவன் பெயராலும் கோயிற் பார்ப்பனர், மேலாண்மை செய்த வேளாளர் ஆகியோர் பெயராலும் கோயிலோடு சேர்க்கப்பட்டன. எனவே கோயில்கள் மிகப்பெரிய சொத்துடைய நிறுவனங்களாக மாறின. பணப் புழக்கம், நீர் மேலாண்மை, மருத்துவம், நீதி, கலைகள் ஆகிய அனைத்தும் கோயிலோடு இணைக்கப்பட்டன. அலைந்து திரியும் பாணர் மரபும் வாழ்க்கையும் அழிக்கப்பட்டு ஆடல், பாடல் அகிய கலைகளோடு அவற்றிற்குரிய கலைஞர்களும் கோயிற் பணியாளர் ஆக்கப்பட்டனர். பெருங்கோயில்களின் வளர்ச்சியோடுதான் தமிழ்நாட்டின் நிலமானிய அமைப்பு முறை முழுமை பெற்றது. எனவேதான் ‘பரத்தமை’ என்ற நிறுவனத்தையும் கோயில் தன்னுள் இழுத்துக்கொண்டு கட்டுப்படுத்தியது. இதன் பின்விளைவாக நிலமானிய முறையின் அனைத்து மனித மதிப்பீடுகளும் கடவுளுக்கும் சேர்க்கப்பட்டன.

கடவுள் சிறந்த நீதிபதியானார்; சிறந்த மருத்துவன் ஆனார்; சிறந்த பாட்டுப் புலவர் ஆனார்; இசைவாணர் ஆனார்; அடல் வல்லான் ஆனார்; நிலக்கிழார் ஆனார்: செல்வத் திரட்சியால் பரத்தை வீடு தேடிச் செல்பவராகவும் ஆனார். சைவ மதத்தின் நிலவுடைமைச் சார்பு சொக்கரை இப்படியொரு தோற்றங் கொள்ள வைத்ததில் வியப்பில்லை. இது அன்றைய நடையின் பாற்பட்டது. எனவே இத்தகைய தாலாட்டுகள் மக்கள் மத்தியில் பிறந்து எளிதாகப் பரவியுள்ளன.

சைவக் கோயில்களைப் போலவே வைணவக் கோயில்களும் 'பரத்தமை' செய்திருக்கின்றன. இருப்பினும் 'நிலவுடைமைச்சார்பு' வைணவ வைணவ நெறியில் சைவத்தின் அளவுக்கு வேரோடியதில்லை. கால்நடை வளர்ப்புப் பொருளாதாரச் சூழலில் திருமால்நெறி கால்கொண்டதே அதற்குக் காரணமாகும். தமிழகத்தின் பேரரசுகளின் வளர்ச்சியிலும் வைணவ நெறிக்குப் பெரும் பங்கில்லை. ஆகவே அது சைவத்திலும் பார்க்க மிகக் குறைந்த வளர்ச்சியினையே தமிழ்நாட்டில் பெற்றிருந்தது.

ஆய்வுக்குரிய தாலாட்டுப்பாடல் நிலவுடைமைக்கும் பரத்தமைக்கும் உள்ள தொடர்பைச் சமயப் பின்னணியில் காட்டுவதை நாம் இவ்வாறுதான் விளங்கிக்கொள்ள முடியும். 'வாய்மொழி இலக்கியங்கள் சமூக வளர்ச்சியின் பெரும் அசைவுகளையும் மதிப்பீடுகளையும் தம்முள் தவறாது பதிவுசெய்து வைத்திருக்கின்றன' என்பது மேற்குறித்த தாலாட்டுப் பாடலால் தெளிவாக விளங்குகிறது.

மாற்று மரபுகளும் தமிழ் வைணவமும்

'நாட்டார்', 'நாட்டார் மரபு' ஆகிய சொற்கள் இன்று நாட்டார் வழக்காற்றியலில் பல்வேறு வகையான விளக்கங்களைப் பெற்றுள்ளன. ரிச்சர்டு டார்சன், வில்லியம் பாஸ்கம் போன்ற மேனாட்டு அறிஞர்களும், பேராசிரியர் நா. வானமாமலை, தே. லூர்து, ஆ. சிவசுப்பிரமணியன் போன்ற தமிழ்நாட்டு அறிஞர்களும் இச்சொற்களுக்குப் பல விளக்கங்கள் அளித்துள்ளனர். இந்தக் கட்டுரையில் 'நாட்டார் மரபுகள்' என்பன பின்வரும் பொருளிலேயே கொள்ளப்படுகின்றன: வேதத்தையும் வேள்வியையும் தலைமையாகக் கொண்ட வைதிக நெறிக்கு மாறுபட்டவை; பெருஞ்சமயங்களான சைவம், வைணவம், சமணம், பௌத்தம் ஆகியவற்றை முறைப்படுத்தும் சாத்திரங்களுக்கும் ஆகம நெறிகளுக்கும் உட்படாதவை; மிக அரிதாகவே இச்சமய நெறிகளின் செல்வாக்குக்கு ஆட்பட்டவை.

மேற்குறித்த சமயங்களில் சைவமும் வைணவமும் தமிழ்நாட்டில் கால்கொண்டவை; ஆகம நெறிகளால் முறைப்படுத்தப்பட்டவை. ஆயினும் தமிழ்நாட்டு மக்கள் இரளில் மிகப்பெரும்பான்மையினர் ஆகமங்களின் வழி நிற்கும் சைவ வைணவப் பெருஞ்சமயங்களின் எல்லைகளுக்கு உட்படாதவர் என்பதும் வெளிப்படை மிகப் பழமையான வழிபாட்டு நெறிகளே அவர்களின் சமயமாக அமைகின்றன. இந்த மக்கள் திரளின் வாழ்நெறிகள், நம்பிக்கைகள், சடங்குகள் பற்றிய மரபுகளே இங்கு 'நாட்டார் மரபுகள்' என்று சுட்டப்படுகின்றன. தவிர்க்க இயலாதவாறு இந்நாட்டார் மரபுகளில் சிலவற்றை நிறுவன சமயங்களான சைவமும் வைணவமும் ஏற்றுக் கொண்டு உள்ளன. இவ்வாறு அவை ஏற்றுக்கொண்ட முறைகள் சமய நிறுவனங்களான பெருங்கோயில்களிலும் அக்கோயில்கள் தொடர்பான சடங்குகளிலும் காணக் கிடக்கின்றன. அவ்வகையில் தமிழ்நாட்டு வைணவம் நாட்டார் மரபுகளை ஏற்றுக்கொண்ட முறைகள் பற்றியும் அவற்றின் காரணம் பற்றியும் இந்தக் கட்டுரை ஆராய்கிறது.

இக்கட்டுரையாளர் *1979*இல் நிகழ்த்திய கள ஆய்வில் கிடைத்த செய்திகளே இக்கட்டுரைக்கான முதல் தரவுகளாகும்.[1]

தஞ்சை மாவட்டம் திருக்கண்ணபுரம் சவுரிராஜப்பெருமாள் மாசி மாதம் மக நட்சத்திரத்தில் காரைக்காலை அடுத்த திருமலைராயன்பட்டினத்திற்குக் கடலாட எழுந்து அருளுகிறார். இந்த இரண்டு இடங்களுக்கும் இடைப்பட்ட தொலைவு 70 கி.மீ. ஆகும். திருமலைராயன்பட்டினத்தை அடுத்த கடற்கரையில் பட்டினஞ்சேரி என்ற மீனவச் சிற்றூர் உள்ளது. இம் மீனவர்கள் திருக்கண்ணபுரத்திலிருந்து பல்லக்கில் வரும் பெருமாளைத் திருமலைராயன்பட்டினத்தின் மேற்கு எல்லையில் எதிர்கொள்கின்றனர். அந்த இடத்தில் இருந்து தாங்கள் கொண்டு வந்த 'பவளக்காய்ச் சப்பரம்' என்னும் மிகப் பெரிய சப்பரத்தில் பெருமாளை அமர்த்துகின்றனர். அச்சப்பரம் நெற்கதிர்க் கொத்துகளால் அலங்கரிக்கப்பட்டிருக்கிறது. இப்பெருமாளை அவர்கள் தங்கள் வீட்டு மருமகன் என்று அழைக்கின்றனர். சப்பரம் அவர்கள் ஊர் எல்லையைத் தொட்டதும் ஊரார் சார்பில் பெரிய மாலையும் பட்டும் சார்த்துகின்றனர். பின்னர் ஏறத்தாழ 200 பேர் அதனைத் தங்கள் தோளில் தூக்கிக்கொண்டு 'மாப்பிளே' 'மாப்பிளே' என்று மகிழ்ச்சியுடன் உரத்த குரல் எழுப்பிக்கொண்டு, சப்பரத்தைக் குலுக்குகின்றனர். இந்த நிகழ்ச்சியின்போது, அந்த மீனவ இனத்தைச் சார்ந்த பெண்கள் சப்பரத்திற்கு நேர் எதிரில் வந்து நின்று இறைவனை வணங்குவதில்லை. பெண்கள் மருமகனுக்கு எதிரே நிற்பதும், அவரை வணங்குவதும் 'வெட்கக்கேடு' என்ற மரபுவழிக் கூச்சமே இதற்குக் காரணமாகச் சொல்லப்படுகிறது. ஐம்பது ஆண்டுகளுக்கு முன்பு வரை முதிய பெண்கள் ஓரமாக நின்றுகொண்டு ஒரு சிறிய சுளகினால் தங்கள் முகத்தை மறைத்துக் கொண்டுதான் இறைவனைப் பார்ப்பார்கள் என்று ஒரு முதிய தகவலாளி குறிப்பிட்டார்.

கடற்கரை மணற்பகுதிக்கு வந்ததும சப்பரத்தில் இருந்து இறங்கி இறைவன் ஒரு சிறிய பல்லக்கில் கடலுக்குள் சென்று நீராடிவிட்டு மீண்டும் கரைக்கு வருகிறார். கடற்கரையில் மீன் வலையையே கூரையாக வேய்ந்த ஒரு பந்தலுக்குக் கீழ் எழுந்தருளுகிறார். இப்பந்தலின் கால்கள் கட்டுமரங்களால் அமைக்கப்பட்டிருக்கின்றன. அந்த நாளிலும் அதற்கு முன்னும் பின்னுமான இரு நாட்களிலும் அவ்வூர் மீனவர்கள் மீன் பிடிக்கச் செல்வதில்லை. மீனோ புலாலோ உண்பதும் இல்லை. (ஆனால் சிறுவர் சிறுமியர் உட்பட அனைவரும் மது அருந்திக் களிப்பதைக் கள ஆய்வில் காணமுடிந்தது.)

மதுரை மாவட்டம் அழகர்கோயிலில் சித்திரைத்

திருவிழாவின்போது தாழ்த்தப்பட்ட, பிற்படுத்தப்பட்ட சாதியினர் (தீட்டுக்கு உறுப்பான) தோலால் செய்த பைகளில் எடுத்து வரும் நீரை, உலா வரும் இறைவனின் திருமேனிமீது பீய்ச்சி அடிக்கின்றனர். வேறு சிலர் மிகப் பெரிய திரியினை வைத்து இறைவன் முன் சாமியாடுகின்றனர். வேறு சிலர் சாட்டையால் தங்களை அடித்துக் கொண்டு ஆடுகின்றனர். இந்த அடியவர்கள் அனைவரும் தென்கலை நாமமும், மார்பில் துளசிமாலையும் அணிந்திருக்கின்றனர். 1979இல் இக்கட்டுரை யாளர் நிகழ்த்திய கள ஆய்வின்படி இவ்வாறு ஆடியும் பாடியும் வரும் மக்களில் பள்ளர், பறையர், இடையர், சேர்வை, தேவர், பிள்ளை, குறவர், சக்கிலியர், நாயுடு, நாயக்கர், ஆசாரி, வலைய மூப்பனார், அம்பலம் (கள்ளர்), வேளார் (குயவர்) ஆகிய சாதியினர் இடம் பெற்றிருப்பதைக் காண முடிந்தது. இவர்களில் 34% இடையர், 20% பள்ளர் பறையர், 16% சேர்வை, 3% சந்தனக் குறவர், 39% சக்கிலியர்.[2]

கோவை மாவட்டம் காரைமடை ரங்கநாதர் கோயிலில் மாசி மாதம் பௌர்ணமியன்று தடைபெறும் தேர்த்திருவிழாவில் இருளர், படகர் ஆகிய மலைச் சாதியினரும் போயர், மாதாரி, தாசபளஞ்சிக செட்டியார் ஆகிய சாதியினரும் பெருவாரியாகக் கலந்துகொள்கின்றனர்.[2] அழகர் கோயிலைப் பெருவாரியாகக் கலந்துகொள்கின்றனர்.[3] இவ்வைணவக் கோயிலிலும் அடியவர்கள் திரி எடுத்து, சாமியாடுகின்றனர். திரி வளைந்ததாக உள்ளது. தோளில் அதைத் தொங்கவிட்டுக்கொள்கின்றனர். ஆட்டுத்தோற்பைகளில் கோயில் தெப்பக்குளத்திலிருந்து நீரெடுத்து வந்து கோயில் திருச்சுற்றில் விடுகின்றனர். நேர்த்திக் கடனுக்காக நூறு அல்லது இருநூறு முறை இவ்வாறு செய்கின்றனர். தென்கலைத் திருமண் அணிந்து, துளசி மாலையினைக் கொத்தாக மார்பிலணிந்து கையிற் சிறு பிரம் பொன்றேந்திப் பறை, மேளங்களுடன் சிலர் சாமியாடுகின்றனர். சாமியாடி வருவோர்க்கு அடியவர்கள் வாயில் ‘கவாளம்’ கொடுக்கின்றனர்; இது பலவகைப் பழங்களைச் சருக்கரை வெல்லத்துடன் சேர்த்துப் பிசைந்த உருண்டையாகும்.

வைணவம் வேதத்தின் தலைமையினையும் பிராமணர்களின் மேலாண்மையையும் ஏற்றுக்கொண்ட சமயமே ஆகும். வைணவக் கோயில்கள் பாஞ்சராத்திரம் அல்லது வைகானசம் என்ற அகம நெறிகளில் ஒன்றின்படியே அமைக்கப்பட்டு உள்ளன. பிராமண மேலாண்மையும் ஆகம நெறிகளும் சாதிக் கோட்பாட்டையும் தீண்டாமைக் கோட்பாட்டையும்

ஏற்றுக்கொண்டுள்ளவையே. மேலும் வேதத்தின் தலைமையை ஏற்றுக்கொண்ட எல்லா மதங்களும் சாதிய அடுக்குமுறையையும் ஏற்றுக்கொண்டுதான் உள்ளன. ஆனால் மேற்குறித்த திருவிழா நிகழ்ச்சிகள் மூன்றும் பிராமணர் மேலாண்மை, சாதிக் கோட்பாடு, தீண்டாமைக் கோட்பாடு ஆகிய மூன்றையும் தகர்த்தெறியும் ஆற்றலோடு விளங்குகின்றன. இதை வைணவம் என்ற பெருஞ்சமயம் எவ்வாறு ஏற்றுக்கொண்டது என்பதே நாம் விடை தேடவேண்டிய பெருங்கேள்வியாகும்.

மேற்குறித்த மூன்று நிகழ்ச்சிகளும் கோயிலுக்கு வெளியே நடைபெறுகின்றன. இவை தவிர வைணவக் கோயில்களுக்கு உள்ளாக இன்றளவும் நடைபெறும் சில நிகழ்ச்சிகளும் விழாக் களும் வைணவத்தின் தத்துவ எல்லைக்கும் ஆகம எல்லைக்கும் புறம்பாக அமைவன. ஆண்டாளின் 'வாழித் திருநாமப் பாட்டு',

திருவாடிப் பூரத்துச் செகத்துதித்தாள் வாழியே
திருப்பாவை முப்பதும் செப்பினாள் வாழியே
பெரியாழ்வார் பெற்றெடுத்த பெண்பிள்ளை வாழியே
பெரும்பூதூர் மாமுனிக்குப் பின்னானாள் வாழியே

என்று பேசுகிறது. ஆண்டாள் கி.பி. ஏழாம் நூற்றாண்டிலும் பெரும்பூதூர் மாமுனியாகிய இராமாநுசர் கி.பி. 12ஆம் நூற்றாண்டிலும் (1020 – 1140) வாழ்ந்தவராவர். வைணவ மரபும் ஆண்டாளுக்கு நெடுங்காலம் பிற்பட்டவர் இராமாநுசர் என்பதை ஏற்றுக்கொள்ளும். இருப்பினும் ஆண்டாளுக்கு இராமாநுசர் 'அண்ணன்' என்று பேசப்படுவதற்குப் பாசுரம் சார்ந்த மரபு ஒன்றை வைணவர்கள் காரணமாகக் காட்டுகிறார்கள். தன்னுடைய நாச்சியார் திருமொழியில் ஆண்டாள்,

நாறு நறும்பொழில் சூழ் மாலிருஞ் சோலை நம்பிக்கு
நூறு தடா வெண்ணெய் வாய் நேர்ந்து பராவி வைத்தேன்
நூறு தடா நிறைந்த அக்கார வடிசில் சொன்னேன்
ஏறு திருஉடையான் இன்று வந்து இவைகொள்ளும் கொலோ?

என்று அழகர்கோயிலில் உள்ள திருமாலுக்கு நேர்த்திக்கடன் செய்து கொள்கிறார்.[4] ஆண்டாள், வைணவ மரபுப்படி திருமாலோடு ஐக்கியமான பின்னர் இந்த நேர்த்திக்கடன் நிறைவேற்றப்பட்டதாகச் செய்தி இல்லை. பின்னர் தன் காலத்தில் அழகர்கோயிலுக்கு வந்த இராமாநுசர் ஆண்டாளின்

பாசுரத்தை நினைவுகூர்ந்து இந்த நேர்த்திக்கடனைத் தான் முன்வந்து செலுத்துகிறார். பின்னர் அங்கிருந்து அவர் திருவில்லிப்புத்தூர் சென்றபோது, அங்கே இறைவி ஆக்விட்ட ஆண்டாள் அவரை எதிர்கொண்டு, 'அண்ணனே வருக' என்று வரவேற்றார். இந்தக் கதை மரபு பற்றியே இராமாநுசருக்குக் 'கோயில் அண்ணர்' என்று பெயரும் ஏற்பட்டது. தந்தை யில்லாத இடத்தில் பெண்ணுக்கு வேண்டியனவும், சீரும் செய்வது அண்ணன் என்பது தமிழ்நாட்டு மரபு. பிற்படுத்தப்பட்ட, தாழ்த்தப்பட்ட சாதியாரிடத்தில் இந்த மரபு இன்றும் வலிமை குன்றாமல் நடைமுறையில் உள்ளது. இம்மரபு பற்றியே காலத்தை முன்பின்னாக மாற்றி இராமாதுசர்க்கு ஆண்டாள் 'பின்ஆனாள்' (தங்கை) எனலாம்.

இவ்வகையான மரபுகளையும் சடங்குகளையும் வழக்கு களையும் தமிழ்நாட்டு வைணவம் எவ்வாறு ஏற்றுக்கொண்டது என்பதை உணர வைணவ ஆழ்வார்கள், அசாரியர்களுடைய வாழ்க்கையினைக் கூர்ந்து உணர வேண்டியது அவசியம் ஆகும். தமிழ்நாட்டில் பக்தி இயக்கம் பிராமணராலும் பிராமணரை அடுத்த மேல்சாதியினராலுமே தொடங்கப்பட்டது. சமண, பௌத்த சமயங்களை எதிர்த்து எழுந்த இவ்வியக்கத்தில் திருஞானசம்பந்தர், திருநாவுக்கரசர், பெரியாழ்வார், தொண்டரடிப் பொடியாழ்வார், திருமங்கை ஆழ்வார் ஆகியோரது பாடல்களும் செயல்களுமே வேகம் மிகுந்தவையாக இருந்தன. சாதி அடுக்கு இறுகிப் போய்விட்ட அக்காலத்தில் தமக்குக் கீழ் உள்ள சாதியாரையும் பக்தி இயக்கத்தில் சேர்த்துக் கொள்ள வேண்டிய வரலாற்றுக் கட்டாயம் அவர்களுக்கு ஏற்பட்டது. 'ஆவுரித்துத் தின்றுழலும் புலையரையும்' சேர்த்துக்கொள்ள திருநாவுக்கரசர் உடன்படுகிறார். 'நலந்தாங்கு சாதிகள் நாலினும் இழிந்த குலந்தாங்கு சண்டாளரையும்' ஏற்றுக்கொள்ள வைணவமும் ஒருப்படுகிறது. மறுபுறமாக, 'கௌணியர் கோன் ஞானசம்பந்தன்' என்றும், 'வேயர் கோன் விட்டுசித்தன்' என்றும் தம் குலப் பெருமை பாராட்டுவதும் நடைபெறுகிறது. ஆயினும் 'சாதிய மேன்மையா வைணவ மேன்மையா எதை முன்னிலைப்படுத்துவது' என்ற கேள்வி வைணவ எல்லைக்குள் மிகப் பெரிதாக எழுந்து நின்றது. இந்தக் கேள்விக்குத் தெளிவான விடையைத் தொண்டரடிப் பொடியாழ்வாரே முன் வைக்கிறார்.[6]

குளித்து மூன்றனலையோம்பும் குறிகொள் அந்தண்மை தன்னை ஒளிதகிட்டேன் என்கண் இல்லை நின்கணும் பத்தனல்லேன்.

இவ்வாழ்வார் மட்டுமன்றி ஏனைய ஆழ்வார்களும் திருமாலைப் பாடிய பாடல்கள் எளிமையும் ஏழ்மையும் மிகுந்த அடித்தள மக்களின் வாழ்வைப் படம் பிடிப்பதாகவே உள்ளன. திருமாலின் பத்து அவதாரங்களில் கிருஷ்ணாவதாரமே ஆழ்வார்களும் தமிழ் நாட்டு வைணவமும் தேர்ந்துகொண்ட அவதாரமாகும். இந்த அவதாரத்தில்தான் இறைவனின் ‘சௌலப்ய குணம்’ (எளிய தன்மை) நிரம்பி இருக்கிறது. அதன்படி பாட்டுடைத் தலைவனான இறைவன் ஏழைக் குலத்தில் பிறந்து வளர்ந்தவன். அவன் திருடுகிறான்; பொய் சொல்றான்; அக ஒழுக்கம் இல்லாதவனாக இருக்கிறான்; கடுமையான உடல் உழைப்பாளியாக இருக்கிறான்; எனவே பெருந்தீனிக்காரனாகவும் இருக்கிறான்; பகலெல்லாம் குடையும் செருப்பும் குழலும் கொண்டு மாடு மேய்த்துவிட்டு அந்திப்போதில் வீடு திரும்புகின்றான்; அவன் தாய்,

பேடை மயிற்சாயல் பின்னை மணாளா
நீராட்டமைத்து வைத்தேன்
ஆடியமுதுசெய் அப்பனும் உண்டிலன்
உன்னோடு உடனே உண்பான்.

என்று காலையில் குளிக்காது மாலையில் குளிக்கும் உழைப்பாளக் குடும்பத் தலைவியாகப் பேசுகிறாள். ‘உன் திருமண நாள் நெருங்கிவிட்டது. நீ நாளையிலிருந்து மாடு மேய்க்கச் செல்ல வேண்டாம்’ என்று மகனை வேண்டுகிறாள்:

கண்ணாலஞ் செய்யக் கறியுங் கலத்தது அரிசியுமாக்கி வைத்தேன்
கண்ணா நீ நாளைத் தொட்டுக் கன்றின்பின் போகேல் கோலஞ் செய்(து) இங்கேயிரு.”

இவன் காதலித்து அழைத்துவந்த பெண் உயர்குலத்தைச் சேர்ந்தவள். அந்தப் பெண்ணின் தாய்,

வேடர்மறக்குலம் போலே வேண்டிற்றுச் செய்(து) எனமகளை
கூடிய கூட்டமேயாகக் கொண்டு குடிவாழுங் கொலோ[9]

என்று புலம்புகிறாள். அதாவது, உடன்போக்கிலே கொண்டு போன இடைக்குலத்தான் ஆகிய கண்ணன், வேடர்குலமும் மறக்குலமும் போலே. எவ்விதச் சடங்கு சாத்திரங்களும் இன்றி இப்படியே குடும்பம் நடத்தத் தொடங்கு விடுவானோ என்று புலம்புகிறாள். சுருக்கமாகச் சொல்வதானால் எளிமையும் ஏழ்மையும் நிறைந்த கிருஷ்ணாவதாரக் கதையின் சமூகப்

பின்புலங்களைத் தயக்கமில்லாமல் தமிழ்நாட்டு வைணவம் ஏற்றுக் கொள்கிறது. அதனைக் கற்பனையில் மேலும் விரிவு செய்கிறது. இதன் விளைவாக இறைவனின் பண்புகளில் சிறந்த பண்பாக சௌலப்யம் முன்நிறுத்திக் காட்டப்படுகிறது.

ஆழ்வார்களும் பின்வந்த வைணவ ஆசாரியர்களும் சாதிக்கும் தீண்டாமைக்கும் எதிராக விளக்கங்கள் கூறுவதோடு அவற்றைச் செயலிலும் காட்டினர். திருவரங்கத்தில் வாழ்ந்த பெரிய நம்பி தாழ்த்தப்பட்ட சாதியைச் சேர்ந்த மாறனேர் நம்பிக்கு இறுதிக் கடன்களைச் செய்றார். அவருடைய மாணவரான இராமாநுசர் வைசியரான திருக்கச்சி நம்பியை ஆசிரியராக ஏற்றுக்கொள்கிறார்; மேல்கோட்டை எனப்படும் திருநாரணபுரத்தில் தாழ்த்தப்பட்ட மக்களைக் கோயிலுக்குள் அழைத்துச் செல்கிறார்; தாழ்த்தப்பட்ட மக்களும் நாராயண மந்திரத்தை அறியும் உரிமை உடையவர்கள் என்பதையும் அவர்களுக்கும் வைணவ சமயத்தில் இடமுண்டு என்பதையும் திருக்கோஷ்டியூரில் நிலைநிறுத்துகிறார். இராமாநுசருக்குப் பின்வந்த ஆசாரியர்கள் பிறவியினால் கற்பிக்கப் பெறும் உயர்வு இழிவுகளை வைணவம் ஏற்றுக்கொள்ளவில்லை என நிலை நிறுத்துகிறார்கள்.

'பாகவதனன்றிக்கே வேதார்த்த ஜ்ஞாநாதிகளையுடையவன் குங்குமஞ் சுமந்த சழுதையோபாதி என்று சொல்லா நின்றதிறே'[10] என்று கூறும் பிள்ளை லோகாச்சாரியார் திருமாலடியாரின் சாதியை விசாரித்து அறிவது 'மாத்ரு யோநி பரீக்ஷையோ டொக்கும்'[11] (பெற்ற தாயின் கற்பைச் சோதித்து அறிவது போல) என்று கடுமையாகச் சாடுகிறார். அவருடைய மாணவரான அழகிய மணவாள நாயனார் தம் ஆசார்ய ஹ்ருதயத்தில் பேச்சுப்பார்க்கில் கள்ளப் பொய்ந்நூல்களெல்லாம் க்ராஹ்யங்களே; பிறவி பார்க்கில் அஞ்சாம் ஓத்தும் அறுமூன்றும் கழிப்பனாம்[11] என்கிறார்.[12] அதாவது, ஒருவனுடைய பிறவியைக் கொண்டு தீர்மானம் செய்வதானால் ஐந்தாவது வேதம் என்னும் பாரதத்தையும் அறுமூன்று பதினெட்டு அத்தியாயங்களை உடைய கீதையையும் நாம் இழந்துபோக வேண்டும். ஏனென்றால் தாழ்ந்த குலத்து மீனவப் பெண் வயிற்றில் பிறந்த வியாசர் அருளிய பாரதமும், 'பெற்றம் மேய்த்துண்ணும் குலத்தில் பிறந்த' கிருஷ்ணன் அருளிய கீதையும் வைணவத்தின் உயிர் நூல்கள் ஆகும். இவ்வாறு கூறும் மணவாள மாமுனிகள் மீனும் பழைய வெண்ணெயும் உண்டாக்கும் நாற்றமும், திருமாலின் துழாய் மணமும் ஒன்றாகுமா? எனில் 'ஆம்' என்கிறார்.[13]

இன்னுமொரு கேள்வி எழுகிறது. சாதிய மேன்மை போலவே பக்தி இயக்க மூலவர்கள் சமஸ்கிருத மொழி மேன்மையும் கொண்டாடினர். எளிய மக்களின் வாழ்நெறிகளை ஏற்றுக் கொண்ட வைணவம் அவர்களுடைய மொழியினையும் ஏற்றுக் கொண்டதா? 'செந்திறத்த தமிழோசை' என்ற திருமங்கை யாழ்வாரின் பாசுரத்தைக் குறிப்பிடும். ஆசார்ய ஹிருதய ஆசிரியர் 'தமிழ்மொழியும் தோற்றமில்லாதது' என்கிறார். (செந்திறத்த தமிழோசை என்பதனால் ஆகஸ்தியமும் அநாதி' என்பது அவர் கூறும் வசனமாகும்.)[14] திருவாய்மொழி வேதத்துக்குச் சமமானது என நிறுவும் முயற்சி ஸ்ரீபராசரபட்டர், மணவாள மாமுனிகள் ஆகியோரால் தொடர்ந்து மேற் கொள்ளப்பட்டது. பட்டர் இக்கருத்தை விளக்க 'அலங்கார சுலோகம்' என்றே மணிப்பிரவாள நடையில் ஒரு நூல் எழுதி உள்ளார். 'வடதிசை பின்புகாட்டி தென்திசை இலங்கை நோக்க' என்னும் தொண்டரடிப் பொடியாழ்வாரின் பாசுரத்திற்கு உரையெழுத வந்த பெரியவாச்சான் பிள்ளை, வடதிசை 'ஆரியர்களின் முருட்டு சமஸ்கிருதம் வழங்கும் பிரதேசம்' என்பதாலும் தென்திசை, 'ஆழ்வார்களின் ஈரத்தமிழ் நடையாடா நின்ற பிரதேசம்' என்பதாலும் திருவரங்கன் தெற்கு நோக்கினான் என்பர்.[16]

மேலே குறிப்பிட்ட செய்திகளிலிருந்து தமிழ்நாட்டு வைணவம் சாதிக் கோட்பாட்டையும் தீண்டாமைக் கோட்பாட்டையும் புறந்தள்ளிவிட்டு, எளிய மக்களிடையே தன்னை நிறுவ முயன்றிருப்பது தெரிகிறது. இதன் விளைவாகவே வைணவ மதத்தின் ஜீயரிடம் வைணவத் தீட்சை (திருவடி சம்பந்தம்) பெற்றுக்கொண்டவரிடையே சாதிய ஏற்றத் தாழ்வுகள் கடைப் பிடிக்கப்படுவது இல்லை. இன்றளவும் இது ஒரு நடைமுறை உண்மையாகும்.

தமிழ்நாட்டுப் பெருஞ்சமயங்களான சைவம், வைணவம் இரண்டிலும் சைவத்தை விடவும் வைணவம் நாட்டார் மரபுகளைப் பெருமளவு உள்வாங்கிக் கொண்டிருக்கிறது. அரசு ஆதரவைச் சைவத்தினும் பார்க்க வைணவம் குறைவாகவே தமிழ்நாட்டில் பெற்றிருந்தது என்பதும் வரலாற்று உண்மை யாகும். இருப்பினும் வரலாற்றுப் போக்கில் சைவத்தைப் போலவே வைணவமும் தன்னை நிலை நிறுத்திக்கொண்டது. சைவம் இயல்பிலேயே உடைமை சார்ந்தும் அதிகாரம் சார்ந்தும் நிற்பதைப் போல் வைணவம் நிற்கவில்லை. ஏனென்றால் அது கால்நடை வளர்ப்புக் காலத்தைச் சேர்ந்த முல்லை நாகரிகப்

பொருளாதாரத்தில் பிறந்த சித்தாந்தமாகும். வேளாண்மை நாகரிகப் பொருளாதாரமே உடைமை சார்ந்த சிந்தனைகளை வளர்த்தது. எனவேதான் சைவம் இறைவனை உடையார் (இருப்பவன்) என்றும் கோயிலை ஈச்சரம் (ஈசுவரம் – ஐசுவரியம் மிகுந்த இடம்) என்றும் உடைமை சார்ந்து குறிப்பிட்டு வந்திருப்பதைக் காணலாம். ஓராயிரத்திற்க மேற்பட்ட தமிழ்க் கல்வெட்டுகளில் சைவக் கோயில்களின் இறைவன் 'உடையார்' என்று அழைக்கப்படுவதையும், வைணவக் கோயில்களில் அச்சொல் விலக்கப்பட்டு 'ஆழ்வார்', 'பரமசாமிகள்' ஆகிய சொற்கள் பயன்படுத்தப்படுவதையும் நாம எண்ண வேண்டும்.

இதுவன்றி மற்றும் ஒரு காரணத்தையும் நம்மால் உணர முடிகிறது. பக்தி இயக்கம் எழுந்தபோது சைவம் வைணவம் ஆகிய இரு சமயங்களும் வடமொழி வேதத்தின் தலைமை யினை முழுமையாக ஏற்றுக்கொண்டன. காலப் போக்கில் தமிழ்நாட்டு வைணவம் வடமொழி வேதங்களின் இறுகிய பிடியிலிருந்து தன்னை விடுவித்துக்கொள்கிறது. "வேதங் கற்றான் ஒருவன் வந்தால் நாழி அரிசியைக் கொடுத்துப் புறந் திண்ணையிலே கிட" என்பார்கள். "திருவாய்மொழி கற்றான் ஒருவன் வந்தால் அகத்துக்குள்ளே இடம் ஒழித்துக் கொடுப் பார்கள்" என்பதும் வைணவ உரையாசிரியர் கூற்றாகும். இதனால்தான் வேதத்தையும் வடமொழியையும் விலக்கி வைத்துவிட்டு வைணவம் எளிய மக்களை நோக்கிச் செல்கிறது. வேத மதமும் வைதிக வெறியும் தமிழ்நாட்டில் வேர் பிடிக்கவில்லை; வேர் பிடிக்க இயலாது என்பதை வைணவ ஆசாரியர்களும் உரையாசிரியர்களும் நன்றாகவே புரிந்து கொண்டனர். எனவே அவர்கள் அடித்தள மக்களின் பண்பாட்டோடு சமரசம் செய்துகொண்டனர். இந்தப் பண்பாட்டுச் சமரசத்தை விழாக்களிலும் சடங்குகளிலும் குரு பரம்பரைக் கதைகளிலும் நிலைப்படுத்தி வைத்தனர்.

திருமலைராயன் பட்டினத்துக் கடற்கரை மீனவர்கள் திருமாலை வீட்டு மருமகன் என்பதற்குரிய காரணத்தை ஒரு கதையாகக் கூறுகின்றனர். கடலுக்குரியவர்கள் தங்கள் வீட்டில் பெருமாள் பணியாளாக இருந்து தங்கள் வீட்டுப் பெண்ணை அழைத்துக்கொண்டு ஓடிப்போய்த் திருமணம் செய்து கொண்டதாகவும், அதனால்தான் அவர் தங்களுக்கு மருமகனானார் என்றும் குறிப்பிடுகின்றனர். கூர்ந்து நோக்கினால், திருமாலின் மனைவியாகிய திருமகள் பாற்கடலில் பிறந்தவள் என்ற வைணவ மரபினைக் கொண்டு தமிழ்நாட்டு

வைணவம் மீனவர்களை வென்றெடுத்திருக்கிறது என்பதை உணரலாம். எனவே அவர்கள் பெருமாளைத் தங்கள் வீட்டு 'மாப்பிள்ளை' என்று சொல்வதையும், தோளிலே தூக்கிக் கொண்டாடுவதையும், மீன்வலைப் பந்தலில் அமரச் செய்வதையும் அது அனுமதித்து இருக்கிறது. ஆண்டாளுக்கு இராமானுசர் அண்ணனான கதையும் இவ்வாறுதான். அண்ணன் – தங்கை உறவென்பது எல்லாப் புண்பாடுகளிலும் மரியாதைக்குரியது; திராவிடப் பண்பாட்டிலோ அது மிகுந்த அழுத்ததினைப் பெறுகிறது. முறைப் பெண், முறை மாப்பிள்ளைத் திருமணம் என்பது திராவிடப் பண்பாட்டின் தனிக் கூறுகளில் ஒன்றாகும். இது பிராமணியத்திற்கு மாறான நெறி என்பர்.

இதன்படி உடன்பிறந்த ஒருவனும் ஒருத்தியும் அடுத்த தலைமுறையில் பெண் கொடுத்தும் எடுத்தும் சம்பந்திகள் ஆகித் தங்கள் உறவை உறுதி செய்துகொள்கின்றனர். எனவே அண்ணன் சீர்தருவது என்பது அடுத்த தலைமுறைக்கும் உறவு தொடர்வதைக் குறிப்பதாகும். எனவேதான் தாய் குழந்தைக்குப் படைக்கும் தாலாட்டு என்னும் வாய்மொழி இலக்கியத்தின் நாயகனாகக் குழந்தையின் தந்தைக்குப் பதிலாகத் தாய்மாமன் முன்நிறுத்தப்படுகிறான். திராவிடக் குடும்ப அமைப்பின் இந்த அழுத்தமான உறவுநிலையைத் தமிழ்நாட்டு வைணவம் பயன்படுத்திக் கொண்டதால்தான் நான்கு நூற்றாண்டுகளுக்குப் பின் பிறந்த இராமானுசர் ஆண்டாளுக்கு அண்ணனாகிறார். நாட்டார் மரபுகளை இவ்வாறு உள்ளிழுத்துக்கொண்ட வைணவர் கடவுளை இன்னும் எளிமையான பொருளாக்கினர்.

பூனை தன் குட்டியைத் தன் பொறுப்பாகக் கவ்விச் செல்வதைப் போல இறைவன் தானே பொறுப்பேற்று அடியவர்களைக் காப்பாற்றுவான் என்று 'மார்ச்சால நியாயம்' பேசினர். இவ்வகையான போக்கினால் தமிழ்நாட்டில் வைணவத்தின் ஒரு பிரிவினர் பிரிந்து சென்றபோதும் தம்முடைய நெறியைத் 'தென்கலை' என்று பெருமையுடன் அழைத்துக்கொண்டனர். இன்னும் விளக்கமாகச் சொல்வதானால் இந்தியத் தத்துவ மரபு வேத மரபு சார்ந்தது. இன்றளவும் இந்தியத் தத்துவ ஞானம் என்பது வேத ஞானமாகவே காட்டப்படுகிறது. தமிழ்ச் சமய வரலாற்றைக் கூர்ந்து நோக்குவோர் இக்கருத்தை ஏற்கவியலாது. தமிழ்நாட்டு வைணவமே அடித்தள மக்களின் மரபுகளை வேத மரபுக்கு மாற்று மரபாகக் கொண்டு வரலாற்றுப் போக்கில் தன்னைத்

தற்காத்துக்கொண்டது. வேத மரபுக்கு மாற்று மரபுகள் குறித்த ஆய்வுகள் பெருகிவரும் இவ்வேளையில் இக்கட்டுரையை அதற்குரிய முன்னுரைகளில் ஒன்றாகக் கொள்ளலாம்.

குறிப்புகள்

1. திருமலைராயன்பட்டினம், கள ஆய்வு நாள் 13-3-1979.
2. தொ. பரமசிவன், அழகர்கோயில் (மதுரை காமராசர் பல்கலைக் கழக வெளியீடு), 1989, பக் 1993-94.
3. காரைமடை (கோவை மாவட்டம்), கள ஆய்வு நாள் 22/ 23-2-1978.
4. நாச்சியார் திருமொழி, 9:06.
5. ஆறாயிரப்படி குருபரம்பரா பிரபாவம், கிருஷ்ணசாமி ஐயங்கார் பதிப்பு, திருச்சி, 1968, பக். 77-78.
6. தொண்டரடிப் பொடியாழ்வார், திருமாலை, பாடல் 25.
7. பெரியாழ்வார் திருமொழி, 3:3:3.
8. மேலது, 3:3:9.
9. மேலது, 3:8:6.
10. ஸ்ரீவாசன பூஷண தாத்பர்யஸாரம் (அண்ணங்கராசாரியார் உரையும் பதிப்பும்), காஞ்சிபுரம், வசனம் 236.
11. மேலது, வசனம் 195 - 197.
12. ஆசார்ய ஹிருதயம், சூர்ணை எண் : 185.
13. மேலது, சூர்ணை எண் : 202.
14. மேலது, சூர்ணை எண் : 128.
15. இந்த அரிய நூல் திருக்கண்ணபுரம் கோயிலில் ஆண்டு தோறும் வைகுண்ட ஏகாதசித் திருநாளில் வாசிக்கப் படுகிறது. இந்த நூலின் ஏட்டுப்பிரதியொன்று இந்த ஆய்வாளரிடம் உள்ளது.
16. தொண்டரடிப் பொடியார்வார், திருமாலை, பாடல் 19 மற்றும் அதன் உரை.

“பார்ப்பார்”:
ஒரு வரலாற்றுப் பார்வை

சங்க இலக்கியங்கள் பிராமணர்களைக் குறிப்பதற்கு அந்தணர், பார்ப்பார் என்ற இரண்டு சொற்களைப் பயன்படுத்துகின்றன. பிராமணர்களைக் குறிக்க இக்காலத்தில் வழங்கும் ஐயர் (அல்லது ஐயங்கார்) என்ற சொல் சங்க இலக்கியங்களில் அவர்களைக் குறிக்க எங்குமே பயன்படுத்தப்படவில்லை. பதிற்றுப்பத்தின் பதிகம் ஒன்று ‘உயர் நிலை உலகத்து ஐயர்’ என்று வானகத்துத் தேவர்களைக் குறிப்பிடுகிறது. ‘ஐயர் யாத்தனர் கரணம் என்ப’ (தொல்பொருள் 143) என்று ஐயர் என்ற சொல்லை வழங்கும் தொல்காப்பியத்தின் மரபியல் பகுதியின் ஏற்புடைமை விவாதத்துக்குரியது. பிற்காலத்தில் சமயத் தலைவர் என்ற பொருளில் இச்சொல் கிறித்துவர் களாலும் பயன்படுத்தப்பட்டது என்பதையும் நினைவில் கொள்ள வேண்டும்.

‘அறுவகைப்பட்ட பார்ப்பனப் பக்கமும்’ (தொல்பொருள் 75), ‘பேணுதகு சிறப்பிற் பார்ப்பான்’ (தொல்பொருள் 502) என்று தொல்காப்பியம், ‘பார்ப்பனர்’ என்ற சொல் வழக்கையும் ‘ஆறு தொழில்களையுடைய பார்ப்பனர் பேணுதற்குரியவர்’ என்ற செய்தியையும் குறிப்பிடுகிறது.

சங்க இலக்கியங்களில் பார்ப்பனப் புலவர்களை அவர்களுக்குரிய ரிஷிகோத்திரப் (குடிமுதல்வனான முனிவர்) பெயர்களுடன் காண முடிகிறது. காசியபன் (காஸ்யப), கௌதமன் (கௌதம), வாதூளி (வாதூல), ஆத்திரையன் (ஆத்ரேய), கவுணியன் (கௌன்டின்ய), சாண்டிலியன் (சாண்டில்ய) ஆகியன தொகை நூல்களில் காணப்படும் பார்ப்பனக் குடிப்பெயர்களாகும். பதிற்றுப்பத்தின் பதிகம் ஒன்று ‘நெடும்பாரதாயன்’ என்ற பெயர்வழி பாரத்வாஜ கோத்திரத்தைக் குறிப்பிடுகிறது. தொல்காப்பியரே ‘காப்பியக் (காவ்ய) குடி’ என்ற பார்ப்பனக் குடியைச் சேர்ந்தவர் என்றும் சிலர் குறிப்பிடு கின்றனர்.

பார்ப்பனரைக் குறிக்கும் மற்றொரு சொல் ‘அந்தணர்’ என்பதாகும். தொல்காப்பியத்திலும் இச்சொல் ‘அந்தணர்’, ‘அந்தணாளர்’ என்று காணப்படுகிறது, (தொல்பொருள் 625, 637) பார்ப்பனரும் அந்தணரும் ஒருவர்தாமா என்ற ஐயம்

சிலருக்கு எழுந்துள்ளது. இவர்கள் இருவேறு பிரிவினர் என்றும், 'பார்ப்பனர் வேள்வித் தொழில் செய்யாமல், தலைமக்களின் வீட்டோடு இருந்து அவர்களின் இல்லறச் சிறப்பிற்குத் துணை நின்றவர்கள்' என்றும் புலவர் குழந்தை குறிப்பிடுவார். இக்கருத்தை மறுக்கத் தமிழ் இலக்கியங்களிலேயே போதிய சான்றுகள் உள்ளன. ஆயினும் 'அறுவகைப்பட்ட பார்ப்பனப் பக்கம்' என்ற தொல்காப்பிய நூற்பா பார்ப்பனர் வேள்வி உள்ளிட்ட அறுதொழில் உடையவர் என்பதைக் காட்டும். 'வேளாப் பார்ப்பான்' (அகம். 24) என்ற இலக்கிய வழக்கு பார்ப்பனர் என்போர் பொதுவாக வேட்கும் (வேள்வி செய்யும்) தொழில் செய்வோர் என்பதையே எதிர்மறையாகக் காட்டுகிறது. பார்ப்பான் வேத சூத்திரங்களை (ஒத்துகளை) மறந்துவிட்டாலும் நினைவுபடுத்திக் கொள்ளலாம்' என்று கூறும் திருக்குறள் பார்ப்பனர்க்கு வேதம் பயில்வதும், ஓதலும், ஓதுவித்தலும் கடமை என்பதையே குறிப்பிடுகிறது.

'அறுதொழில் அந்தணர் அறம்புரிந் தெடுத்த
தீயொடு விளங்கும் நாடன்' (புறம் 397)

'அழல் புறந்தரூஉம் அந்தணர்' (புறம்)

'ஓதல் வேட்டல் அவைபிறர்ச் செய்தல்
ஈதல் ஏற்றல் எனறு ஆறு புரிந்து ஓழுகும்
அறம்புரி அந்தணர்' (பதிற். 24)

ஆகிய குறிப்புகளால் அறுதொழில் உடைய அந்தணர்களைப் பற்றிய செய்திகளை அறிகிறோம். ஆறு தொழில்களுள் ஒன்றான வேட்பித்தலை, பூஞ்சாற்றூர்ப் பார்ப்பான் கவுணியன் விண்ணந்தாயன் திறம்படச் செய்ததை ஆவூர் மூலங்கிழார் என்ற புலவர் பாராட்டுகிறார் (புறம் 166). புறநானூற்றின் மற்றொரு பாலில் (367) பார்ப்பார், அரசர்களிடம் ஏற்றலை ஔவையார், "ஏற்ற பார்ப்பார்க்கு ஈர்ங்கை நிறையப் பூவும் பொன்னும் புனல்படச் சொரிந்து" என்று விளக்கமாகக் குறிப்பிடுகிறார், எனவே 'பார்ப்பனர்', அந்தணர்' ஆகிய சொற்களை இரு வேறு பிரிவினரைக் குறிக்கும் சொற்கள் என்று புலவர் குழந்தை கருதுவதை ஏற்கவியலாது.

ஆயினும் பார்ப்பனர்களில் வேள்வித் தொழில் செய்யாத வேறு சில சிறு பிரிவினரும் இருந்ததைச் சங்க இலக்கயெங்களில் காண முடிகிறது. "வேளாப் பார்ப்பான் வாள் அரந்துமிய" (அகம். 94) என்ற அடிகளிலிருந்து சங்கறுக்கும் தொழிலை யுடைய பார்ப்பனரையும், அவர்கள் வேள்வித் தொழிலுக்கு

விலக்கானவர் என்பதையும் நம்மால் அறிய முடிகிறது. அவர்களைப் போன்ற (ஆறு தொழில்களிலும் சேராது) தூது செல்லும் தொழிலையுடைய பார்ப்பனரும் இருந்ததைத் 'தூதொய் பார்ப்பான்' என்ற அகநானூற்றுப் பாடல் *(337)* வரிகளால் அறிகிறோம். காமக்கணி நப்பாலத்தனார், காமக்கணி நப்பசலையார், வெறிபாடிய காமக்கணியார் முதலிய சங்கப்புலவர் பெயர்களைப் பிற்கால இலக்கிய சாசன வழக்காறுகளுடன் பொருத்தி ஆராய்ந்து, இவை சோதிடம் வல்ல பிராமணர்களின் சிறப்புப் பெயர்கள் என நிறுவுகிறார் மு. இராகவையங்கார் *(ப.63)*.

சிலப்பதிகாரத்தின் மூலம், வேத வாழ்க்கையை விடுத்த 'இழுக்கிய ஒழுக்கும்' உடையாராய், வரிப்பாடல்கள் பாடும் பார்ப்பனர் மதுரை நகர்ப்புறத்தே இருந்ததை அறிகிறோம் *(13:38–39)*, இவை ஒருபுறத்திருக்க,

நூலே கரகம் முக்கோல் மணையே
ஆயும் காலை அந்தணர்க் குரிய (தொல் மரபு. 71)

என்று அந்தணர்க்குரிய பொருள்களைப் பட்டியலிட்டுச் காட்டுகிறது தொல்காப்பியம். ஆயினும் நீர்க்கரகமும் ஏந்தி, மணைப் பலகையிட்டு அமரும் பார்ப்பனரைச் சங்கப் பாடல்கள் காட்டவேயில்லை. முல்லைப்பாட்டில் மட்டும் ஒரு வரியில் பார்ப்பனரின் முக்கோல் உவமையாகக் குறிக்கப்பட்டுள்ளது *(முல். அடி 38)*. அதற்கு முந்திய வரியில் பார்ப்பனர், செங்காவிக் கல்லிலே தோய்ந்த செவ்வாடை அணிந்தவராகவும் குறிக்கப்படுவது ஒரு புதிய செய்தி இது. சங்க இலக்கியங்களில் வேறெங்கும் காணப்படவில்லை.

இனி, பார்ப்பார் என்ற சொல்லின் பொருளை ஆராய்வோம். இச்சொல்லுக்கு "வேதத்தையும் வேதாந்தத்தையும் பார்ப்பவர்கள் என்பது பொருள்; பார்ப்பான் என்ற சொல் பிராமணன் என்ற சொல்லின் திரிபாகும்" என்பார் ந. சுப்பிரமணியன். பார்ப்பான் என்ற சொல்லுக்கு வேர்ச்சொல் 'பார்ப்பு' என்பதாகும். இந்தச் சொல்லுக்கு இளமை, குஞ்சு, குட்டி என்பது பொருள். "பார்ப்பும் பறழும் பறப்பவற்றிளமை" (தொல். மரபு. *4*) என்பது தொல் காப்பியம். எனவே இது பிராமணன் என்ற சொல்லின் திரிபு என்பதை ஏற்றுக்கொள்ள முடியாது. விவாதத்திற்குரிய தொல் காப்பிய மரபியல், நான்கு இடங்களில் இச்சொல்லைப் பறவைகள், ஊர்வன, குரங்கு ஆகியவற்றின் குஞ்சுகளையும், குட்டிகளையும் குறிக்கப் பயன்படுத்துகிறது. சங்கப்பாடல்களிலும்,

"யாமைப் பார்ப்பு" (குறுந். 152)

"தன் பார்ப்புத் தின்னும் அன்பில் முதலை" (ஐங். 47)

"மேற் கவட்டி ரந்த பார்ப்பினங்கள்" (அகம். 31)

"பார்ப்புடை மந்திய மலை" (குறு. 276)

என்று இச்சொல் இளமைப் பொருளாகவே பயன்படுத்தப் பட்டுள்ளது. இன்றும் குழந்தையைக் குறிக்கும் 'பாப்பா' என்ற விளியாக அமைந்த வழக்குச் சொல்லும் பார்ப்பு – பார்ப்பா – பாப்பா என்றே திரிந்திருக்க வேண்டும். புலவர் குழந்தை மட்டும் பார்ப்பான் என்ற சொல்லாராய்ச்சியின்போது இப்பொருளை ஏற்றுக்கொள்கிறார். ஆயினும், பார்ப்பான் என்ற குடிப்பெயர் வழக்கோடு இப்பொருளைப் பொருத்துதற்கு இயலாமல் விட்டுவிடுகிறார். பார்ப்பார் என்ற சொல்லுக்கு வேர் ச்சொல்லின்படி 'இளையர்' என்பதே பொருளாகும்.

இப்பொருளை ஏற்றுக்கொள்வதானால் அடுத்து ஒரு கேள்வி எழுகிறது. பார்ப்பார் யாருக்கு இளையர்? அவருக்கு மூத்தவர் யார்? இதற்கான விடையை இலக்கியங்களில் மட்டும் தேடுவது பயனற்றது. கள ஆய்வின் துணையுடன்தான் இக்கேள்விக்கு விடை காண முடியும். இன்னும் ஒரு கேள்வியும் இங்கு எழுகிறது. பிராமணரின் தமிழக வருகைக்கு முன்னர், தமிழகத்துக் கோயில்களில் பூசை செய்யும் குருமார்களாக யார் இருந்தார்கள் என்பது அக்கேள்வி.

இத்த இரண்டு கேள்விகளையும் விவாதிப்பதற்கு முன்னர் மற்றுமொரு செய்தியை மனங்கொள்ள வேண்டும்: சங்கப் பாடல்களில் பார்ப்பனர் வேதத்தைக் காக்கவும், அரசனைக் காக்கவும், நாட்டின் நன்மை கருதியும் வேள்விக்கடன் ஆற்று பவர்களாகவே உள்ளனர். கோயில் பூசை செய்வோராக எங்குமே காணப்படவில்லை. பார்ப்பனரல்லாத குடும்பத்திற்கு அவர்கள் புரோகிதராக இருந்த செய்தியையும் முதன்முதலாக, "மாமுது பார்ப்பான் மறை வழி காட்டிட" என வரும் சிலப்பதிகார அடிகளால்தான் அறிகிறோம்.

இருபதாம் நூற்றாண்டின் தொடக்கத்தில் (புதிய நாகரிக அலைகளினால் பெருமளவு சமூக மாற்றங்கள் ஏற்படும் முன்) தமிழ் நாட்டுப் பார்ப்பனர் பெருந்தெய்வக் கோயில் பூசனை செய்வோராகவும், சிறுபான்மை புரோகிதம் செய்வோராகவும், மிகச் சிறுபான்மையினரே வேள்விக்கடன் செய்வோராகவும் இருக்கக் காண்கிறோம். விதிவிலக்காக பிராமணர் சிறுதெய்வக்

கோயில்களில் பூசை செய்வதும் உண்டு. ஆனால், பெருந்தெய்வக் (சிவன், திருமால்) கோயில்களில் பார்ப்பனரல்லாதார் மூலத் திருமேனியைத் தொட்டுப் பூசை செய்யும் வழக்கம் இல்லவே இல்லை.

ஆனால், பெருந்தெய்வம் அல்லாத சிறுதெய்வக் கோயில் களில் (இவற்றின் தலையாய பண்புகள் ஆகம வழிப் பூசைகள் இன்மையும், இரத்தப் பலி கொடுத்தலும்) சடங்கியலான தொல்லெச்சங்கள் மூலம் இன்று தாழ்த்தப்பட்ட சாதியராகக் கருதப்படுவோரில் சில சாதியார், அக்காலத்தில் கோயில் பூசை செய்பவராக இருந்ததை அறிய முடிகிறது. இந்த உண்மையை முதன் முதலாக 1874இல் டபிள்யூ. ஜே. வால்கெளஸ் என்ற ஆராய்ச்சியாளர் தொட்டுக்காட்டினர். இவர்களுள் குறிப்பிட்டுச் சொல்லத் தகுந்தவர் பறையர்கள் ஆவர். 'சங்க இலக்கியத்தில் பறையர்கள் மதிக்கத்தக்க இடத்தைப் பெற்றவராகத் தெரிகிறது. துடியர்களைப் போல இழிசனர்களாக எங்கும் குறிக்கப்பட வில்லை' என்று அனுமந்தன் குறிப்பிடுகிறார். சங்க காலத்தில் மதச் சடங்குகளைச் செய்தவர்களில் பறையர்களும் உண்டு என்று ஜார்ஜ் எல். ஹார்ட் குறிப்பிடுகிறார். தூய்மை, தீட்டு இவை பற்றிய கோட்பாடுகள் பிராமணர் வருகையினால்தான் தமிழ்நாட்டில் இடம்பெற்றன' என்கிறார் அவர். இன்றும் தமிழ்நாடு முழுவதும் மாரியம்மன் என்ற தெய்வத்தின் கணவராகப் பறையர்களே கருதப்படுகின்றனர். பல இடங்களில் மாரியம்மன் கோயில் திருவிழா தொடங்கும்போது பறையர்க்குக் காப்பு கட்டும் வழக்கம் நடைமுறையில் இருந்து வருகிறது. திருவாரூர் தியாகராசர் கோயில் திருவிழாவின்போது இறைவனின் திருவீதி உலாவில் முன்னதாக யானை மீது அமர்ந்து ஒரு பறையர் கொடி பிடித்துச் செல்லும் வழக்கம் உண்டு. உள்ளூர்ப் புராண மரபுகளின்படி அக்கோயிலின் பிராமண அர்ச்சகர்கள் நண்பகற்பொழுதில் ஒரு நாழிகை நேரம் (24 நிமிடம்) பறையர்களாக மாறிவிடுவதாக ஒரு செய்தி வழங்கி வருகிறது. நண்பகல் கழிந்தபின் மீண்டும் ஒரு முறை அவர்கள் குளித்துவிட்டுப் பிராமணராவார்கள். இப்பிராமணப் பிரிவினர்க்கு 'மத்யானப் பறையர்' என்ற பெயர் வழங்குகிறது. பேரூர்ப் புராணம், "முன்னர்ப் பறையனான நீ இப்பொழுது பள்ளனும் ஆனாய்" என்று சிவபெருமானைக் குறிப்பிடுகிறது. பேரூர்க் கோயிலில் 'நாற்று நடவுத் திருவிழா' என்ற பெயரில் இன்றும் ஒரு திருவிழா நடந்து வருகிறது.

தென்மாவட்டங்களில் சிறுவர்கள் பனம்பழம் உண்ணும் போது வேடிக்கையாகப் பனம்பழத்தின் ஒரு முனையினை 'பார்ப்பான் முனை' என்றும் மற்றொரு முறையைப் 'பறையன் முனை' என்றும் கேலிசெய்து நகையாடும் வழக்கம் உள்ளது. இந்தப் பழம் பற்றிய குறியீடு இரு சாதியாரும் ஒரு தொழிற் களத்தில் இருந்ததைக் குறிப்பதாகும். தவிர 'பார்ப்பானுக்கு மூப்பு பறையன், கேட்பார் இல்லாமல் கீழ்ச்சாதியானான்' என்பதும் மற்ற சாதியினரால் தென்மாவட்டங்குளில் பெருக வழங்கும் ஒரு சொல்லடையாகும். 'கேட்பதற்கு ஆளில்லாவிட்டால் நிலை இழப்பு ஏற்படும்' என்ற பொருளில் இது வழங்கி வருகிறது. இவை ஒரு காலத்தில் பறையர் பெற்றிருந்த சமூக உயர்வுக்கான சான்றுகளாகும்.

பிராமணராகிய புரோகிதர்க்கும் பறையராகிய புரோகிதர்க்கும் இடையிலான பெரிய அளவிலான வேறுபாடு (மொழி தவிர) புலால் உண்ணலும், இரத்தப் பலியிடுதலும்தாம். வேத காலத்துப் பிராமணர் வேள்விகளில் ஏராளமான உயிரினங்களைப் பலி கொடுத்துள்ளனர். தமிழ்நாட்டிலும் புலால் உண்ட பிராமணராகச் சங்கப் புலவர் கபிலரை (புறம் 1/3) நாம் காண்கிறோம்.

கி.மு. 6ஆம் நூற்றாண்டில் எழுந்த சமண மதத்தின் செல்வாக்கே பிராமணர்களைப் புலால் உண்ணுவதிலிருந்து தடுத்து நிறுத்தியது. இன்றும் புலால் உண்ணும் பழம் மரபின் தொல்லெச்சமாக ஆந்திரத்தில் (கர்நூல் மாவட்டம் கம்மம் தாலுகாவில்) 'மாதங்கி' வழிபாட்டில் ஈடுபட்டுள்ள பிராமணர்கள் தங்கள் இல்லத்தில் எருமைக் கறி சமைத்து மாதிகருக்குப் பரிமாறுவதும், அதே நேரத்தில் மாதிகர் ஆட்டுக்கறியைப் பரிமாறுவதும் பிராமணர் உண்பதும் ஆண்டுக்கொரு முறை சடங்கு நிகழ்ச்சியாக நடத்தப்படுகிறது. (மாதிகர் ஆந்திரத்தில் ஒடுக்கப்பட்ட சாதியார் ஆவர்)

மேற்குறித்த தொல்லெச்சங்கள் யாவும் பிராமணர் வருகைக்கு முன்னர் புரோகிதராகப் பறையர்கள் இருந்த வரலாற்று உண்மையினைக் காட்டுகின்றன. கோயில்கள் கற்கோயில் களாகவும், பெருந்தெய்வக் கோயில்களாகவும் அரசு ஆதரவோடு ஆக்கப்பட்ட காலங்களில், அங்கு பூசனை செய்வோராக – குடியேற்றவாசிகளான பிராமணர்கள் அமர்த்தப்படுகின்றனர். பிராமணர் வருகைக்கு முன்னர் குருமாராக இருந்தவர்களிட மிருந்து வேறுபடுத்திக் காட்ட பிராமணர் இளைய குருமாராக

(புரோகிதராக) இளமைப் பொருள் தரும் பார்ப்பு எனும் சொல்லின் அடியாக, பார்ப்பார், பார்ப்பனர் என வழங்கப்பட்டனர்.

பறையர் தவிர, நாவிதர், வண்ணார் ஆகிய சாதியாரும் அங்கங்கே பிராமணர் வருகைக்கு முன்னர் தமிழ்ச் சாதியார் சிலருக்குக் குருமாராக இருந்துள்ளனர். இதைக் காட்டும் தொல்லெச்சங்களும் ஏராளமாக உள்ளன. இவை தனி விரிந்த ஆராய்ச்சிக்கு உரிய களங்களாகும்.

பயன்பட்ட நூல்கள்

1. இராகவையங்கார், மு., இலச்கியச் சாசன வழக்காறுகள், தமிழ்நாடு அரசு வெளியீடு, 1973.
2. இராமகிருஷ்ணன், எஸ்., இந்தியப் பண்பாடும் தமிழரும், மீனாட்சி புத்தக நிலையம், மதுரை, 1971.
3. புலவர் குழந்தை, தொல்காப்பியார் காலச் தமிழர்.
4. Elmore, Dravidian Gods in Modern Hinduism, 1913.
5. George L. Hart III, The Poems of Ancient Tamils.
6. Hanumanthan, K.R., Untouchability - A Historical Study, Koodal, Madurai, 1979.
7. Subramanian, N., Sangam Polity, Asia Publishing House, Bombay, 1966.
8. Walhouse, A.J., 'Archaeological Notes', The Indian Antiquary, July 1874.

மதுரைக்கோயில் அரிசன ஆலயப் பிரவேசம், 1939

மதுரை மீனாட்சியம்மன் கோயிலில் 1939 ஜூலை 10ஆம் தேதி அரிசன ஆலயப் பிரவேசம் நடைபெற்றது. மதுரை நகரத்தில் வாழ்ந்த காங்கிரஸ் பிரமுகர் வைத்தியநாதையர் இதனை முன்னின்று நடத்தினார். தேசிய இயக்கத்தவரால் மிகப் பெரிய சமூகப் புரட்சி என்று அன்றும் இன்றும் பெருமையோடு பேசப்படும் நிகழ்ச்சி இது.

தமிழ்நாட்டில் அரிசனங்களுக்கும் பெருந்தெய்வ ஆலயங் களுக்கும் உள்ள உறவினை ஏறத்தாழக் கி.பி. எட்டாம் நூற்றாண்டில் நிகழ்ந்த நந்தன் கதையின் மூலம் முதன்முதலாக அறிகிறோம். அதன் பின்னர் வைணவப் பெரியாரான இராமாநுசர் கி.பி. 13ஆம் நூற்றாண்டில் கருநாடக மாநிலத்தில் உள்ள மேல் கோட்டையில் (திருநாராயணபுரம் என்று வைணவர் வழங்குவர்) திருமால் கோயிலுக்குள் அரிசனங் களை அழைத்துச் சென்ற செய்தியினை ஆறாயிரப்படி குருபரம்பரா ப்ரபாவத்தால் அறிகிறோம்.

1939இல் மதுரையில் பரபரப்பூட்டிய அரிசன ஆலயப் பிரவேச நிகழ்ச்சியின் மறுபக்கத்தினை, அதாவது அதற்கு மேல்சாதியினர் காட்டிய எதிர்ப்பு தடவடிக்கைகளை வரலாற்றுக் கட்டுரைகளிலும் நூல்களிலும் முழுமையாகக் காணமுடியவில்லை. இந்நிகழ்ச்சி ஒரு அரசியல்வாதியின் தனிமனித முயழ்சியாகவே காட்டப்பட்டுள்ளது. இந்நிகழ்ச்சிக்கு எதிரான அரசியல், சமூகப் பின்னணி பற்றிய செய்திகள் பினவந்தவர்களால் அறியப்படவே இல்லை எனலாம். 1963இல் மதுரைக் கோயிலில் பி.டி. இராசன் முயற்சியால் குடமுழுக்கு விழா நடைபெற்றது. இதையொட்டி வெளியிடப்பட்ட இ.பழனியப்பன் எழுதிய ‘கோயில் மாநகர்’ என்ற திருக்கோயிலாரால் வெளியிடப்பட்ட 300 பக்கங்களையுடைய நூலில் கோயில் வரலாற்றில் முக்கியமான இந்த நிகழ்ச்சி ஒரிடத்தில்கூடக் குறிப்பிடப்படவில்லை.

ஆனால் இந்நுழைவு நடந்த காலத்தில் அரிசன ஆலயப் பிரவேசத்தைக் கண்டித்தும் எதிர்த்தும் பிராமணப் பெண்கள் இருவர் பாட்டுப் புத்தகங்களை வெளியிட்டுள்ளனர். 1939இல் 'மதுரை பேச்சியம்மன் கோயில் ரஸ்தா லேட் பத்மனாபய்யர வர்கள் பாரி பாகீரதி அம்மாள்' என்பவர் 'ஆலய எதிர்ப்பு கும்மி பாட்டுப் புஸ்தகம்' என்ற பெயரில் இரண்டணா விலையில் 16 பக்கத்தில் ஒரு புத்தகத்தை வெளியிட்டுள்ளார். 1940இல் 'மதுரை கமலத் தோப்புத் தெரு எஸ். தர்மாம்பாள்' என்பவர் 'ஆலயப் பிரவேச கண்டனப் பாட்டுப் புஸ்தகம்' என்ற பெயரில் இரண்டணா விலையில் 29 பக்கத்தில் ஒரு புத்தகத்தை வெளியிட்டுள்ளார். உணர்ச்சிமயமான இந்தப் புத்தகங்களின் பெயர்களில் ஒரு 'தெளிவின்மை' காணப்படுவது கவனிக்கத் தகுந்தது.

1937 மார்ச் தொடங்கி மதுரைக் கோயிலில் ஆர்.எஸ். நாயுடு என்பவர் நிர்வாக அதிகாரியாக இருந்திருக்கிறார். மதுரையில் புகழ்பெற்று விளங்கிய வழக்கறிஞர்களில் ஒருவரும் காங்கிரஸ் தலைவருமான வைத்தியநாதையரும், ஆர்.எஸ். நாயுடுவும் மதுரைக் கோயிலில் 'அரிசன ஆலயப் பிரவேசம்' நடத்தத் தீர்மானித்தனர். 1939இல் வைத்தியநாதையர் இது குறித்துப் பொதுக் கூட்டங்களில் பேசத் தொடங்கினார். ஜூன் மாதத்தில் இதற்கு ஆதரவு திரட்டும் வகையில் மதுரை நகருக்குள் சில பொதுக் கூட்டங்களையும் அவர் நடத்தினார்.

நுழைவுக்குப் பத்து நாள் முன்பிருந்தே மதுரையில் தனது இல்லத்தில் (இப்போதுள்ள காலேஜ் ஹவுஸ் விடுதியின் பின்புறம்) சுமார் 50 பேர்களுக்கு சத்தியாக்கிரகப் பயிற்சி கொடுக்கத் தொடங்கினார். ஆனால் ஆலயப் பிரவேச நாளை அவர் வெளியிடவில்லை. வைத்திய நாதையரின் முயற்சியினை அறிந்த ஆலயத்தின் பிராமணப் பணியாளர்கள், சனாதனிகள் ஆகியோர் மத்தியில் கொந்தளிப்பான சூழ்நிலை நிலவியது. இந்நிலையில் ஜூலை 8ஆம் தேதி இடீரென்று 6 பேரை உடன் அழைத்துக்கொண்டு வைத்தியநாதையர் கோயிலுக்குள் நுழைந்து விட்டார். இதை யாரும் எதிர்பார்க்கவில்லை.

இந்த அறுவரில் மதுரை மாவட்டக் காங்கிரஸ் கமிட்டி உறுப்பினர் தும்பைப்பட்டி கக்கன் (பின்னாளில் தமிழக அமைச்சராக இருந்தவர்), ஆலம்பட்டி முருகானந்தம், மதிச்சியம் சின்னையா, விராட்டிபத்து பூவலிங்கம், முத்து ஆகிய ஐவரும் அரிசனர். ஆறாவது நபர் விருதுநகர் சண்முக நாடார்.[1]

(அக்காலத்தில் நாடார்களுக்கும் கோயில் நுழைவு மறுக்கப் பட்டிருந்தது).

இதைக் கண்ட ஆலய அர்ச்சகர்களும், வேதம் ஓதும் 'அத்யயன பட்டர்' என்ற பிரிவினரும் இந்தத் திடீர் முயற்சியைக் கடுமையான சொற்களால் (மட்டும்) எதிர்த்தனர். இருப்பினும் அன்றும் மறுநாளும் ஆலய பூசைகளை முறைப்படி செய்தனர். 10.7.39 அன்று காலை பூசை முறைகாரர் சுவாமிநாத பட்டர் என்பவர். மீண்டும் 10ஆம் தேதி பெருமளவில் அரிசனர்கள் கோயிலுக்குள் நுழையப் போவதைப் பிராமணர் அறிந்து மதுரை (தானப்ப முதலித் தெருவில் இருந்த) 'மங்கள நிவாசம்' என்னும் பங்களாவில் கூடினர். வைத்தியநாதையரைப் போலவே அக்காலத்தில் மதுரையில் புகழ் பெற்றிருந்த வழக்கறிஞர்கள் கே.ஆர். வெங்கட்ராமையர் என்பவரும் ஆறுபாதி நடேச ஐயர் என்பவரும் இவர்களுக்கு உதவினர். இவர்களில் ஆறுபாதி நடேச ஐயர் ஏற்கெனவே 'வர்ணாசிரம ஸ்வராஜ்ய சங்கத்தின்' மதுரை நகரத் தலைவராகவும் இருந்தார். வழக்கறிஞர்களின் ஆலோசனைப்படி பிராமணர்கள் 9ஆம் தேதி இரவு முதல் கோயிலைப் பூட்டிவிட முடிவு செய்தனர். 10ஆம் தேதி அர்ச்சக முறைகாரரான ழ்வலூமிநாத பட்டர் இதற்கு உடன்படவில்லை. எனவே 9ஆம் தேதி இரவு பூசை முடிந்ததும் அர்ச்சகர்கள் கோயிலைப் பூட்டி, சாவியை எடுத்துச் சென்றுவிட்டனர்.

'கோயில் நிர்வாக அதிகாரி ஆர். எஸ். நாயுடு சனாதனிகள் செய்யவிருந்த ஒவ்வொரு நடவடிக்கையையும் எதிர்பார்த்து அதற்குத் தகுந்த காரியங்களைச் செய்தார்' என்கிறார் ஒரு தகவலாளி. இதன்படி 10ஆம் தேதி காலையில் மேஜிஸ்டிரேட் ஒருவர், சுவாமிநாத பட்டர் ஆகியோர் முன்னிலையில் ஆர்.எஸ். நாயுடு பூட்டியிருந்த கோயிற் கதவுகளைத் திறந்தார். திட்டமிட்டி ருந்தபடி அன்று ஏராளமான அரிசனங்கள் ஆலய பிரவேசம் செய்தனர்.

கே.ஆர். வெங்கட்ராம ஐயரும் ஆறுபாதி நடேச ஐயரும் போட்ட திட்டங்கள் தோற்றுப் போயின. வெங்கட்ராமையர் வன்முறையை எதிர்பார்த்துத் தன் கட்சிக்காரரும் நண்பருமான பசும்பொன் முத்து ராமலிங்கத் தேவரின் உதவியை நாடியதா்க் தெரிகிறது. ஆனால் தேவர் உதவி செய்ததாகத் தெரியவில்லை.

ஆலயப் பிரவேசம் நிகழ்ந்த 10ஆம் தேதி முதல் சுவாமிநாத பட்டர் தவிர மற்ற அர்ச்சகர்களும், கோயிலில் வேதம் ஓதும் அத்யயன பட்டர் பிரிவினரும் கோயிற்பணிகளில் நேரடியாகக்

கலந்துகொள்ளாமல் வெளியேறிவிட்டனர். கோயில் நிர்வாகத்தின் மீது பல வழக்குகளைத் தொடுத்தனர். கோயிலில் பிராமணரல்லாத மற்றப் பணியாளர்கள் வழக்கம் போலத் தம் பணிகளைச் செய்து கொண்டிருந்தனர்.

வர்ணாசிரம ஸ்வராஜ்ய சங்கத் தலைவரான ஆறுபாதி நடேச ஐயரும் கோயில் நிர்வாகத்தை எதிர்த்து வழக்குத் தொடர்ந்தார். இந்த வழக்குகளின் விளைவாக வைத்திய நாதையர் கைது செய்யப்படலாம் என்ற நிலை உருவானது.

இதற்கிடையில் அன்றைய சென்னை மாகாண முதலமைச்சர் இராஜாஜி, அரிசன ஆலயப் பிரவேசம் சட்டத்துக்கு எதிரானதல்ல என்று ஒரு அவசர சட்டத்தை அறிவித்தார். இதன் விளைவாக வைத்தியநாதையர் கைதாகும் நிலை தடுக்கப்பட்டது.

ஆலயப் பிரவேசம் நிகழ்ந்த நாள் முதல் கோயிலின் பிராமணப் பணியாளர்களும் சனாதனிகளும் 'மங்கள நிவாசம்' பங்களாவிலே தொடர்ந்து கூடினர். அதையே மீனாட்சி அம்மன் கோயிலாகக் கருதி பூசை வழிபாடுகளை அங்கேயே நடத்தி வந்தனர். சில நாள்களுக்குள், ஆறுபாதி நடேச ஐயர் வீட்டின் முன் இருந்த காலி மனையில் (இப்போது தமிழ்ச் சங்கம் சாலையில் செந்தமிழ்க் கல்லூரியை அடுத்துக் கீழ்புறமாக உள்ள காலி மனை) ஒரு 'புதிய மீனாட்சியம்மன் கோயிலை'ச் சிறியதாகக் கட்டினர். அங்கேயே வழிபாடுகளும் பூசைகளும் நடத்தினர்.

இந்தப் புதிய கோயில் வடக்குவெளி வீதியிலிருந்த (இப்போதுள்ள ஸ்பென்சர் கம்பெனி) வெங்கட்ராமையர் வீட்டுக்கு அருகில் இருந்தது. அரிசன ஆலயப் பிரவேசத்தைக் கண்டித்துப் பாட்டுப் புத்தகங்கள் எழுதிய இரண்டு பெண்களின் வீடும் இவர் வீட்டை அடுத்த வலப்புறத் தெருவிலும் இடப்புறத் தெருவிலும் இருந்தன.

எனவே 1939இலும் 40இலும் வெளியிடப்பட்ட இந்த இரண்டு பாட்டுப் புத்தகங்களும் ஆறுபாதி நடேச ஐயர் தலைமையில் இயங்கிய, கே.ஆர். வெங்கட்ராமையரும் பங்குகொண்ட வர்ணாசிரம ஸ்வராஜ்ய சங்கத்தின் ஆதரவுடனேயே வெளி வந்திருக்க வேண்டும்.

இனி இப்பாட்டுப் புத்தகங்கள் தரும் செய்திகளைக் காண்போம்.

ஆஸேது ஹிமயமலை வரையில் – அங்கே
எத்தனையோ ராஜாக்கள ஆண்டார் – அவாள்
ஆலயப் பிரவேசமென்ற அநீதிகளைக்
கனவிலும் நினையார் மனந் துணியார்
அந்த நாளில் இந்த சண்டாளர்கள் இல்லையோ
அவாள் இன்றுதான் பூமியில் குதித்தனரோ
(எதிர்ப்புக் கும்மி)

பாரரேதியம்மாள் புத்தகத்தில் (1939) இவ்வகையான கடுமை கொஞ்சம் அதிகமாகவே இருக்கிறது.

ஆறுபேர் சண்டாளர்களை
அன்புடனே அழைத்துக்கொண்டு
ஒருவருக்கும் தெரியாமல்
உள் நுழைந்தார் திருடனைப்போல்.

இந்த வரிகள் 8.7.1939இல் நடந்த நிகழ்ச்சியைக் குறிக்கின்றன. இதே நிகழ்ச்சியை 1940இல் வெளிவந்த தர்மாம்பாள் பாட்டு, நிகழ்ச்சிக்குக் காரணமான நபர்களின் பெயர்களுடன் குறிப் பிடுகிறது:

ஆர்.எஸ். நாயுடும் வைத்யநாதரும் அக்ரமங்கள் செய்தார்கள்
அக்ரமமாய்ப் பஞ்சமரை ஆலயத்தில் புகுத்திவிட்டார்
(கண்டனப்பாட்டு)

பாகீரதியம்மாள் புத்தகத்தில் ஒரு பாட்டு ‘அரிசனங்கள் ஆலயத்துக்குள் புகுந்தவுடன் அங்கிருந்து வெளியேறிவிட்ட மீனாட்சியம்மனை மதுரை நகர்த் தெருக்களில் தேடுவதாக’ அமைந்திருக்கிறது.

அத்துடன் அன்றைய முதலமைச்சர் இராஜாஜி முயற்சியில் அரிசன ஆலயப் பிரவேச நிகழ்ச்சிக்கு ஆதரவாக வெளியிட்ட அவசர சட்டத்தினையும், அவரையும் கண்டித்து பாகீரதி யம்மாள் பாடுகிறார். (காங்கிரஸ் கட்சிக்குள் தன் ஆதரவாளரான மதுரை வைத்தியநாதையரைக் கைதாகாமல் காப்பாற்ற வேண்டி அப்போது ஊட்டியில் ஓய்வெடுத்துக் கொண்டிருந்த மாநில ஆளுநரிடம் அவசரமாகக் கையெழுத்து வாங்கி இராஜாஜி அவசரச் சட்டத்தை வெளியிட்டார்)

என் தாயைப் பறையர் கையில் ஒப்புவித்துப்
பவிஷுடன் மார்தட்டுகிறார் பிரதம மந்திரி (எ.கு)

என்று அவரைக் கண்டிப்பதோடு, “பக்க பக்க மெம்பர்களுக்கு

காசு கொடுத்து" இந்தச் சட்டத்தை நிறைவேற்றியதாகவும் குற்றஞ் சாட்டுகிறது. பாகீரதியம்மாளின் மற்றொரு பாடல் 'மங்கள பங்காளவுக்கப் போவோம் வாருங்கள்' என்று சனாதனிகளும் கோயிற் பிராமணர்களும், வர்ணாசிரம ஸ்வராஜ்ய சங்கத்தாரும் மங்கள நிவாசம் பங்களாவிலே கூடி ஆலோசனையும் பூசைகளும் நடத்தியதைக் குறிப்பிடுகிறது.

இந்தக் காலகட்டத்தில் வடநாட்டிலிருந்து வந்திருந்த ஒரு சாமியாரும் இந்த முயற்சிகளுக்கு 'ஆசி' வழங்கியிருக்கிறார். இவரை 'பூரிமடத்துச் சாமியார்' என்று கள ஆய்வுச் செய்திகள் தெரிவிக்கின்றன. ஆனால் தர்மாம்பாளின் பாடல்கள் இவர் பத்ரிநாத்திலிருந்து வந்ததாகக் குறிப்பிட்டு, இவரை வாழ்த்தி இவரிடம் 'ஆலோசனைகளும்' கேட்கின்றன. "சத்குருவே எங்கள் சமயமறிந்து வந்தீர் தேசிகமூர்த்தி" என்றும், "ஆலய அபரிசத்தம் ஆக்கிவிட்டார்கள் – ஐயோ அனுக்கிரஹம் செய்யுங்களேன் தேசிகமூர்த்தி (க.பா.) என்றும் தர்மாம்பாள் இவரைப் பாடுகிறார்.

*10*ஆம் தேதி பெருமளவில் அரிசனங்கள் ஆலயத்துள் நுழைந்த பிறகு 'மங்கள நிவாசம்' பங்களாவில் கூடி எடுக்கப்பட்ட முடிவினைப் பாகீரதியம்மாள் பாடல் தெரிவிக்கிறது.

ஆலயமொன்று இயற்றி
ஆடவர் ஸ்திரீ பாலருக்கு
ஆகமவித்தை பயிற்சி
அரும் உபன்யாஸம் இயற்றி
வித்வத் கோஷடிகளுடன்கூட
வேகமுடன் தெரிசித்து
பக்தியுடன் ஸத்காலேட்சபம்
செய்துதான் வசிப்போம் *(எ.க.)*

இந்த முடிவின்படிதான் தமிழ்ச் சங்கம் சாலையில் 'வர்ணாசிரம ஸ்வராஜ்ய சங்கத் தலைவர்' ஆறுபாதி நடேசய்யர் பங்களா வளாகத்தில் காலி மனையில் சிறியதாக ஒரு 'புதிய மீனாட்சியம்மன் கோவில்' கட்டப்பட்டு பூசை, வழிபாடுகள் நடைபெறத் தொடங்கின. கோயிலுக்கு முன்னர் சிறிய ஓலைப் பந்தலும் போடப்பட்டிருந்தது. மீனாட்சியம்மன் கோயிலில் இருந்து வெளியேறிய அர்ச்சகர்களும், வேதம் ஓதும் பட்டர்களும் இங்கு வழிபாடு நிகழ்த்தினர்.

1945 வரை இந்தக் கோயில் நீடித்திருந்தது. அதன்பின் பூசைகள் நிறுத்தப்பட்டு, மூடப்பட்டு, பின்னர் சுவடு தெரியாமல்

இடிக்கப்பட்டும்விட்டது. கோயிலின்மீது வழக்குத் தொடுத்திருந்த அர்ச்சகர்களும், வேதம் ஓதும் பட்டர்களும் தங்கள் முயற்சியில் தோற்று மீண்டும் கோயிற் பணிக்குத் திரும்பினார்கள்.

1939ஐ ஒட்டிய காலகட்டத்தில் தமிழ்நாட்டில் கோயில் நுழைவில் தாழ்த்தப்பட்ட மக்கள் ஆர்வம் காட்டவுமில்லை. திரண்டெழுந்து போராடவுமில்லை. அந்த நிலையில் மதுரை வைத்தியநாதையர் இந்தப் பிரச்சனையை ஏன் முன்னெடுத்துச் சென்றார் என்றும் ஒரு கேள்வி எழுகிறது. இந்தக் கேள்விக்கான விடை காங்கிரஸ் இயக்கத்தின் வரலாற்றில் பொதிந்து கிடக்கிறது.

காந்தியடிகள் எரவாடா சிறையில் காலவரம்பற்ற உண்ணா நோன்பைத் தொடங்கியதன் விளைவாக டாக்டர் அம்பேத்கர் காங்கரஸ் இயக்கத்தோடு 'புனா ஒப்பந்தத்தை' 1932 செப்டம்பர் 24இல் செய்துகொண்டார்.[3] ஆயினும் அவருக்கு நிறைவு ஏற்பட வில்லை. 1933 பிப்ரவரி 4ஆம் நாள் நிகழ்ந்த காந்தியடிகள் – அம்பேத்கர் சந்திப்பின்போது மத்திய சட்டசபையில் ஸ்ரீரெங்க ஐயரும் தமிழகச் சட்டசபையில் அப்போதைய முதலமைச்சர் டாக்டர் சுப்பராயனும் கொண்டுவரவிருந்த 'தாழ்த்தப்பட்டோர் ஆலயப் பிரவேச மசோதா'வுக்கு ஆதரவு தருமாறு காந்தியடிகள் அம்பேத்கரைக் கேட்டுக் கொண்டார். அம்பேத்கர் இணங்க வில்லை.'

'கல்வி, பொருளாதாரம், அரசியல் ஆகிய துறைகளில் தாழ்த்தப்பட்டோர் முன்னேறும்போது கோயில் நுழைவு தானாக நடைபெறும்' என்பது அம்பேத்கார் கருத்து. மறு வாரம் 11 பிப்ரவரி 1933 காந்தியடிகள் புதிதாகத் தொடங்கிய ஹரிஜன இதழுக்கும் இக்கருத்தையே அம்பேத்கர் செய்தியாக அனுப்பியிருந்தார். இருவருக்குமான கருத்து வேறுபாடுகள் முதிர்ந்துகொண்டு வந்தன.

புனா ஒப்பந்தத்தில் கையெழுத்திட்ட தாழ்த்தப்பட்டோர் தலைவர்களில் அம்பேத்கரைத் தவிர மற்ற இருவரும் தமிழ்நாட்டவர் ஆவர். ஒருவர் ராவ்பகதூர் (ரெட்டைமலை) சீனிவாசன்; மற்றவர் எம்.சி. ராஜா. இவர்களில் சினிவாசன் வட்டமேசை மாநாட்டின் முதல் சுற்றில் அம்பேத்காரோடு கலந்துகொண்டவர்.

மிக விரைவில் புனா ஒப்பந்தத்தைக் காங்கிரஸ்காரர்கள் நடை முறையில் கைகழுவி விட்டனர். அரிசனர் கோயில் நுழைவைக்

கடுமையாக வங்காள இந்துக்கள் எதிர்த்தனர். அதற்கு முசுலீம்களின் ஆதரவைப் பெறவும் அவர்கள் முயன்றனர். 1993இல் வங்காளத்தைச் சேர்ந்த கவி ரவீந்திரநாத் தாகூர்கூட புனா ஒப்பந்தத்துக்கு அளித்த தன் ஆதரவைத் திரும்பப் பெற்றுக் கொண்டார்.

புனா ஒப்பந்தத்துக்குத் தமிழ்நாட்டில் எதிர்ப்பு பரவலாக இருந்தது. 1932 அக்டோபரில் சென்னையில் ஜே. சிவசண்முகம் (பிள்ளை) தலைமையில் கூடிய தாழ்த்தப்பட்டோர் மாநாடு புனா ஒப்பந்தத்தைக் கண்டித்தது. அத்துடன் "இம்மாநாடு கோயில் நுழைவு அவ்வளவு அவசியமல்லவென்று கருதுகிறது" என்றும் தீர்மானம் நிறைவேற்றியது.[8] காந்தி தாழ்த்தப் பட்டோருக்கு அரிஜன் என்று பெயரிட்டு, இதழ் ஒன்றையும் தொடங்கியதைக் கண்டித்துத் தாழ்த்தப்பட்டோர் எழுதினர். மணிநீலன் (எ.முத்துக்கிருஷ்ணன்) என்பவர்

சாற்றிடும் அரிசனப் பெயர் எதற்குதவும் – அது
தாழ்ந்தவரைக் கை தூக்குமோ

என்று பாடல் எழுதினார். அவரெழுதிய நூலின் பெயரே 'காந்தி கண்டன கீதம்' என்பதாகும். 1937 தேர்தலில் காங்கிரஸ் அம்பேத்கருக்கு எதிராக வேட்பாளரை நிறுத்தியுது. இருப்பினும் அவர் வென்றார்.

இந்தச் சூழ்நிலையில் தாழ்த்தப்பட்டோரைக் காங்கிரஸ் இயக்கத்துக்குள் தக்கவைக்க வேண்டிய நெருக்கடி அதற்கு உருவாயிற்று. இந்த நெருக்கடி தமிழ்நாட்டில் கடுமையாக இருந்தது. ஏனென்றால் முதலமைச்சர் இராஜாஜியின் வேட்பாளரான சுப்பையாவை எதிர்த்துத் தமிழ்நாடு காங்கிரஸ் தலைவர் தேர்தலில் காமராசர் வெற்றி பெற்றிருந்தார். வெளியிலே தெரியாதபடி கட்சிக்குள் ஒரு நெருக்கடி உருவாகி யிருந்தது.

மதுரை வைத்தியநாதையர் காங்கிரஸ் கட்சிக்குள் இராஜாஜியின் ஆதரவாளர் ஆவார். எனவே உள்கட்சி நெருக்கடி, தாழ்த்தப்பட்டோர் ஆதரவைப் பெறுவது என்ற இரண்டு நோக்கங்களோடு இவர் மதுரைக் கோயிலில் 'அரிசன ஆலயப் பிரவேசம்' நடத்திக் காட்டினார். இராஜாஜியும் அரிசன ஆலயப் பிரவேசத்தை முறைப்படுத்தும் அவசர சட்டத்தை வெளியிட்டு, வைத்தியநாதையரின் முயற்சியினை வெற்றியாக்கி விட்டார்.

இனி, 'அரிசன ஆலயப் பிரவேசம்' என்ற நிகழ்ச்சியை முன்னிறுத்தி 'கோயில்' என்ற சமூக நிறுவனமும் அதை மையமிட்ட பண்பாடும் எவ்வாறு தோற்றுப் போயின என்பதை வரலாற்றுரீதியாகக் காண வேண்டும்.

கி.பி. ஏழாம் நூற்றாண்டு முதல் தமிழ்நாட்டில் கோயில் என்பது மிகப்பெரிய சமூக நிறுவனமாக வளரத் தொடங்கியது. பத்தாம் நூற்றாண்டுக்குள் தமிழ்நாட்டுப் பொருளாதாரமே அதைச் சார்ந்து நிற்கும் நிலை உருவானது. விளைநிலங்களின் பெரும்பகுதியும் கோயிலைச் சார்ந்ததாக மாறிவிட்டது.(கி.பி. 1010ல் கட்டி முடிக்கப்பட்ட இராசராசனின் தஞ்சைப் பெரிய கோயிலின் அக்கால வருமானம் குறித்துப் பேராசிரியர் நா. வானமாமலை எழுதியுள்ள ஆய்வுக் கட்டுரை இங்கு நினைவிற்குரியது.) நிலவுடைமையின் விளைபொருள்களில் ஒன்றான சாதி இறுக்கங்களும், தீண்டாமையும் பத்தாம் நூற்றாண்டிலேயே மிகவும் வளர்ந்துவிட்டதைச் சோழர் காலக் கல்வெட்டுகள் நன்கு உணர்த்துகின்றன. சுருக்கமாகச் சொல்வதானால் அரசுக்குத் தேவையான பண்பாட்டு வடிவங்களைக் கோயிலின் மூலமாக மதம் நிறைவேற்றி வந்தது. சோழப் பேரரசு சரிந்து பிற்காலப் பாண்டியப் பேரரசிலும் இந்நிலைமை நீடித்தது.

பாண்டியப் பேரரசின் வீழ்ச்சியின்போது 1310இல் நிகழ்ந்த மாலிக்காபூரின் படையெடுப்பும் கோயிற் கொள்ளைகளும் 'கோயில்' என்ற சமூக நிறுவனத்தின்மீது பெருந்தாக்குதலாக அமைந்தன. 14ஆம் நூற்றாண்டில் பெருங்கோயில்கள் பல தம் செல்வாக்கை இழந்து நின்றன. மீண்டும் விஜய நகரப் பேரரசின் எழுச்சிக் காலத்தில் 'இந்து மதமும்' கோயில்களும் மறுவாழ்வு பெற்றன. இருப்பினும், பல்லவ, சோழ, பாண்டிய அரசர்கள் காலத்திய செல்வாக்கினை மீட்க முடியவில்லை. அரசுக்குத் தேவையான பண்பாட்டு முயற்சிகளில் மதமும் கோயிலும் பின்தங்கிப் போயின. ஆட்சியாளர்கள் பிறமொழியாளர்களாக இருந்ததும் இதற்கு ஒரு காரணமாக இருக்கலாம்.

மீண்டும் 1752இல் 'கும்பினியார்' படைகளும் நவாபின் படைகளும் தமிழ்நாடு முழுவதும் கோயில்களை நெருக்கடிக்கு உள்ளாத்தன. அதைத் தொடர்ந்து அரசின் நேரடி ஆதரவைக் கோயில்கள் இழந்தன. தம் ஆதிக்கத்திலிருந்த நிலங்களைக் காப்பாற்றத் திணறின. 19ஆம் நூற்றாண்டின் பிற்பகுதியில் புதிய ஆங்கிலக் கல்வியும் வாழ்க்கை நெருக்கடிகளும் கோயிலின்

தலைமையான பிராமண சமூகத்தினரை நகர்ப்புறங்களுக்கும் புதிய நாகரிகத்துக்கும் கொண்டு வந்து சேர்த்தன.

இருபதாம் நூற்றாண்டின் தொடக்கத்தில் நிலங்களின்மீதும், கலாசாரத்தின்மீதும் தான் கொண்டிருந்த மேலாதிக்கத்தைக் கோயில் சிறிதுசிறிதாக இழந்து கொண்டிருந்தது. தேசிய இயக்கத்தின் புதிய அலைகள் இப்போக்கை விரைவுபடுத்தின. 1920 முதல் இந்தியாவெங்கும் "கல்வி, குடியுரிமைகள், பொதுக் கிணறுகளைப் பயன்படுத்துதல், கோயில்களில் நுழைவதற்கான அனுமதி, இன்ன பிறவற்றுக்கான போராட்டங்கள் நகர்ப்புறங்களில் நடந்தன" என்கிறார் கெய்ல் ஓம்வெட்.[10]

இந்தப் பின்னணியில் 1939இல் நடைபெற்ற வைத்தியநாதையரின் முயற்சியை எல்லா நிலையிலும் தளர்ந்திருக்க கோயில் கலாசாரத்தால் எதிர்த்து நிற்க முடியவில்லை. எனவேதான் கோயில் பிராமணப் பணியாளர்கள் ஆறு ஆண்டுகள் கழித்து 1945இல் மீண்டும் கோயிற் பணியில் திரும்ப வந்து சேர்ந்தனர். இதனை மற்றுமொரு நிகழ்ச்சியாலும் கறுதப்படுத்தலாம். நாட்டு விடுதலைக்குப் பின்னர் வந்த ஜமீன்தாரி இனாம் ஒழிப்புச் சட்டத்தினால் கோயில் நிலங்களை வைத்திருந்த பிராமணர், வேளாளர் ஆகிய இரு மேல் சாதியினரும் அந்நிலங்களை இழந்தபோது அரசாங்கம் கொடுத்த நட்ட ஈட்டை 'மனமுவந்து பெற்றுக்கொண்டு' ஒதுங்கிவிட்டனர். பாகீரதியம்மாள், தர்மாம்பாள் இருவரது பாடல்களிலும் ஒலிக்கும் 'தீண்டாமை உணர்வு' கால ஓட்டத்தில் பலவீனப்பட்டு, தோற்றுப்போனதும் இப்படித்தான்.

குறிப்புகள்

கள ஆய்வில் முக்கியமான தகவல்களை அளித்து உதவியவர்கள்

1. காங்கிரஸ் தலைவர் அ.வைத்தியநாதையர் மகன், வழக்கறிஞர் திரு. வை.சங்கரன் (66), மதுரை
2. திரு. எஸ். சுப்பிரமணியம் (62), மதுரை
3. (காலஞ்சென்ற) இராகவையங்கார் (61), மதுரை
4. திரு. கி.செயராமன் (60), மதுரை
5. செல்வி. எஸ். ஆனந்தி, மதுரை

1. விடுதலை, (தமிழ் நாளிதழ்), 27-2-1989, ப.3

2. ஆலயப் பிரவேசம் நடந்தவுடன் ஏற்பட்ட எதிர்விளைவினை வைத்தியநாதையர் வாழ்க்கை வரலாறு பின்வருமாறு குறிப்பிடுகிறது :

"நடேச அய்யரும் சனாதனிகளின் ஏனைய தலைவர்களும் ஆவேசத்துடன் மீனாட்சியம்மன் கோவிலுக்கு விரைந்தனர். உடனே ஒரு பொற்குடத்திற்கு ஏராளமாகச் சடங்காச்சாரங் களைச் செய்து பூஜை செய்தனர். அந்தப் பொற்குடத்துடன் சனாதனிகளனைவரும் நடேச அய்யர் வீட்டிற்குச் சென்றனர். மீனாட்சியம்மன் இக்கோயிலை விட்டு வெளியேறி விட்டாள் என்றும், தமது வீட்டில் அருள் பாலித்திருப்பதாகவும் நடேச அய்யர் அறிவித்தார். நடேச அய்யர் வீட்டில் பொற்குடம் வைக்கப்பட்டுப் பூஜைகள் நடத்தப்பட்டன. மீனாட்சியம்மன் தன் கோயிலை விட்டு வெளியேறி நடேச அய்யர் வீட்டில் இருக்கிறாள் என்ற செய்தி பொதுமக்களிடையே மீண்டும் திகைப்பை ஏற்படுத்தியது. ஏராளமான பிராமணர்கள் நடேச அய்யர் வீட்டிற்குச் சென்று வழிபட ஆரம்பித்தனர்.

பி.எஸ். சந்திரபாபு, ஹரிஜனத் தச்சை அமரர் அ. வைத்திய நாத அய்யர் வாழ்கை வரலாறு, தமிழ்நாடு ஹரிஜன சேவக சங்கம், மதுரை.

3. M.L. Shahare, Dr. Ambedkar - His Life and Work, NCERT, 1988.

4. Ibid, p. 58

5. Ibid, p. 58

6. Ibid, p. 56

7. Ibid, p. 62

8. கழஞ்சூர் செல்வராஜ், (தொ.ஆ) டாக்டர் அம்பேத்கர் அறிவுக்கொத்து, ப. 87 (குடிஅரசு 23.10.1932, ப. 13)

9. மணிநீலன் (முத்துக்கிருஷ்ணன்), காந்தி கண்டன கீதம், உண்மை விளக்கம் பிரஸ், ஈரோடு, 1932, ப.11 (பி. யோகீசு வரன், தமிழ்க் கவிதையில் சமுதாயச் சிக்கல்கள், பக்.171 இல் மேற்கோள்)

10. கெய்ல் ஓம்வெட், வர்க்கம் சாதி நிலம் (தமிழ் மொழிபெயர்ப்பு : இராஜாராம்), 1988, ப. 74.

பின்னிணைப்பு 1

தமிழியல் ஆய்வின் புதிய களங்கள்

முனைவர் தொ. பரமசிவன் அவர்களது 'அழகர் கோயில்' நூல் வெளிவந்து பத்தாண்டுகளுக்கு மேலாகின்றன. நூலின் தலைப்பு ஒருவகையில் துரதிருஷ்டவசமானது; அதன் இலக்கு வாசகர்களைத் திசை திருப்பி விடக்கூடியது. கோயில் ஆய்வுகளுக்கு என்று ஒரு செக்கு மாட்டுத் தடம் உண்டு. தலபுராணத்திலிருந்து தொடங்கி, சில ஐதிகங்களைப் பட்டியலிட்டு, கோயில் கட்டடத்தின் அமைப்பை விவரிப்பது என்ற சட்டகத்தில் அமைந்துள்ள ஏராளமான கோயில் ஆய்வுகள் அந்தந்தக் கோயிலைப் பற்றி அறியும் நாட்டமுடைய பக்தர்களுக்கு மட்டுமே ஆர்வமூட்டக்கூடியவை.

'அழகர்கோயில்' நூலோ, தலைப்பு ஏற்படுத்தும் எதிர்பார்ப்புகளைப் பொய்யாக்கக்கூடியது. இலக்கியச் சான்றுகள், கல்வெட்டுகள் மட்டுமல்லாமல், நாட்டார் வழக்காறுகள், கள ஆய்வுச் செய்திகள் முதலானவற்றின் அடிப்படையில், குடியிருப்புகளுக்கு வெளியே தனித்து நிற்குமொரு சமூகப் பண்பாட்டு நிறுவனத்திற்கும் சமூகத்தின் பல்வேறு பிரிவுகளுக்கும் (சாதிகள்) இடையிலான உறவைப் புதிய கோணத்தில் ஆராய்கின்றது. நூலின் மைய இழைக்கு அரணாகவும், இடைப்பிறவரலாகவும் ஆங்காங்கே இறைந்து கிடக்கும் நுட்பங்களும், இடைவெட்டுகளும் நூலுக்குப் புதிய பரிமாணங்களைச் சேர்க்கின்றன. தற்பொழுது அந்நூல் பெற்றிருக்கும் கவனத்தைவிட மேலதிகமான கவனத்தைப் பெறும் தகுதியுடையது என்பதோடல்லாமல், அதே சட்டகத்தை ஒட்டியும் வெட்டியும் பிற கோயில்களை ஆய்வு செய்வதற்கும் அதனை முன்மாதிரியாகக் கொள்ளலாம்.

இளமையில், ஏறத்தாழ முப்பது வயதிற்குள் இப்படிப்பட்ட தொரு ஆய்வை நிகழ்த்திக் காட்டியவர் அதன்பின், இந்தப் பதினைந்து இருபது ஆண்டுகளில் எழுதியுள்ளவை, 'அழகர்

கோயில்' தூண்டிவிட்ட பெரும் ஆவலுக்கு நிகராக இல்லை. சிட்டி, சிவபாதசுந்தரம் எழுதிய 'தமிழ்ச் சிறுகதை: வரலாறும் வளர்ச்சியும்', 'க்ரியாவின் தற்காலத் தமிழ் அகராதி' முதலான நூல்களுக்கு எழுதிய கூர்மையான மதிப்புரைகள் சலசலப்புடன் கூடிய கவனத்தைப் பெற்றன. அவ்வப்போது 'ஆராய்ச்சி' முதலான இதழ்களில் எழுதிய கட்டுரைகள் தஞ்சை எட்டாம் உலகத்தமிழ் மாநாட்டையொட்டி 'தெய்வங்களும் சமூக மரபுகளும்' என்ற பெயரில் நூலாக்கம் பெற்றன. தொ. பரம சிவனின் ஆர்வங்களையும், அக்கறைகளையும், ஆய்வு நெறியினையும் ஓரளவுக்குக் காட்டும் கட்டுரைகள் – குறிப்பாகத் தமிழ் வைணவம், மாற்று மரபுகள், மதுரைக் கோயில் நுழைவு – அதில் உண்டெனினும் அவரது முழு வீச்சினையும் அவை பிரதிநிதித் துவப்படுத்துகன்றன என்று சொல்லமுடியாது.

தொ.ப.வின் எழுத்துகளை மட்டும் படித்தவர்களின் மதிப்பீட்டிற்கும், அவருடன் நேர்ப் பழக்கம் உள்ளவர்களின் கொண்டாட்டத்திற்கும் உள்ள இயைபின்மை எனக்கு உறைத்த துண்டு. நேராக அவருடன் பழகத் தொடங்க பிறகே நண்பர்களின் உற்சாகத்தை என்னால் புரிந்துகொள்ளவும் பகிர்ந்து கொள்ளவும் முடிந்தது. உரையாடும்போது அவரிடமிருந்து தெறிக்கும் கருத்துகளும், சான்று மேற்கோள்களும், வாழ்ந்து பெற்ற பட்டறிவும் உடனுரையாடுபவரை மலைப்பில் ஆழ்த்தக் கூடியவை. நாம் நன்கு அறிந்தது என்று நினைக்கும் விஷயத்தில் புதிய ஒளி பாய்ச்சுவதும், பழகிப் பழகிப் பொருளிழந்துவிட்டது என்று நாம் உணர்வற்று நோக்கும் ஒரு சொல் / தொடர் / பழமொழி யிலிருந்து ஒரு சமூகப் புரிதலைச் சற்றும் எதிர்பாராத சமயத்தில் வழங்குவதும் தொ.ப.வின் கருத்துப் புலப்பாட்டு முறை. வானிலும் மண்ணிலுமாக மாய ஜாலங்களைக் காட்டும் இந்திரசித்தின் போர் முறையுடன் ஒப்பிடத் தகுந்தது இது. நட்பையும் பொறாமையினையும் அவருக்கே ஒருங்கே ஈட்டித் தருவதும் இதுதான்.

எழுத்து முறையினும் வாய்மொழி மரபில் வந்த தமிழ்ப் புலமை நெறியின் வழி இது. கேட்பவரின் எதிர்வினைக்கு ஏற்பக் களைகட்டும் இசைக் கச்சேரி போன்ற இப்புலப்பாட்டு முறை எழுத்து வடிவில் மிளிர்வதில்லை. நெடுங்கட்டுரை வடிவமும், நூல் உருவமும் இதற்குத் தோதாக இருப்பதில்லை. 'அறியப்படாத தமிழகம்' நூலில் கையாளப்பட்டிருக்கும் சிறுகட்டுரைத் தொடர் வடிவம் தொ.ப.வின் ஆளுமையை –

அதன் பலங்களோடும் பலவீனங்களோடும் – பெருமளவுக்கு உருக்காட்டுவதாக அமைந்துள்ளது.

ஒரு பொருட்டாக நாம் கருதாத ஒரு செய்தியை எடுத்துக் கொண்டு அதில் வரலாறும் பண்பாடும் எவ்வாறு படிவம் படிவமாகப் படிந்துள்ளன என்பதை ஒவ்வொரு கட்டுரையும் வெளிச்சமிட்டுக் காட்டுகின்றது. உப்பு, எண்ணெய், தேங்காய், வழிபாடு, விழாக்கள், உடை, உறவு முறை, உறவுப் பெயர்கள் என அன்றாட வாழ்வின் பகட்டில்லாத பல்வேறு கூறுகளைக் கொண்டு தமிழ்ச் சமூகத்தின் ஈராயிரம், மூவாயிரமாண்டு வரலாற்று அசைவியக்கம் கோடிட்டுக் காட்டப் பெறுகின்றது.

பழையனவற்றை அறிய இயல்பிலேயே நமக்குள்ள ஆர்வம், வாசகரைச் சக்க வைக்கும் தூண்டில். முதலாளியமும் உலகமயமாக்கமும் நிகழ்த்திக் காட்டும் விரைவான சமூக மாற்றத்தால் இழந்து வருகின்ற பண்பாட்டுக் கூறுகளைப் பற்றிய ஏக்கம் இது தொ.ப.விடம் நிறையவே உள்ளது; அவ்வகையில் தொ. பரமசிவன் பழைய பரமசிவம் – நூலுக்கு ஓர் உணர்ச்சிப்பாங்கான ஈர்ப்பைத் தருகின்றது. புறநானூறு, குறுந்தொகை, தொல்காப்பியம் என்று நன்கறியப்பட்ட இலக்கிய இலக்கணங்கள் மட்டுமல்லாமல், பல்சந்தமாலை, பாய்ச்சலூர்ப் பதிகம் போன்ற அரிய நூல்களும் கட்டுரைகளுக்குச் சான்றரணாகத் தாமாகவே முன்வந்து நிற்கின்றன. கல்வெட்டுச் சான்றுகளை இலாவகமாக இவர் கையாளும் முறையினை மதிப்பிடும் தகுதி எனக்கில்லை. சொல்லாய்வுகள் வலிந்து செய்யப்பட்டனவாக இல்லாமல், 'அட, வெள்ளிடை மலையாக இருந்ததை இத்தனை நாளாய்க் கவனிக்காமல் போய் விட்டோமே!' என்ற உணர்வையே ஏற்படுத்துகின்றன. கள ஆய்வு எது, வாழ்ந்து பெற்ற பட்டறிவு எது எனறு பிரித்து அறிய முடியாதபடி தொ.ப.வின் அவதானிப்புகள் உள்ளன. உ.வே. சாமிநாதையர் தேடித் தேடிக் கண்டுபிடித்த 'கும்மாய'த்தை இவர் நாளும் காலை உணவுக்குத் தின்கிறாரோ என்றும் தோன்றுகிறது! தமிழ் நாட்டுத் தென்மாவட்டங்களின் வரைபடம் இவர் உள்ளங்கையில். பழமொழிகள், வழக்குத் தொடர்களோடு திரைப்படங்களையும், இலங்கை வானொலி அறிவிப்புகளையும், சான்றுகளாகப் பயன்படுத்தும் பாங்கு பிரெஞ்சு 'அனால்ஸ்' (Annales) வரலாற்று நெறியினை – இதைத் தொ.ப, படித்திருக்க வாய்ப்பில்லை என்றாலுங்கூட – நினைவு படுத்துகிறது.

'அறியப்படாத தமிழகம்' உண்மையில் இது தாம் அறிந்த தமிழகத்தின் அறியாத பரிமாணம் – நுவல்கின்றவற்றின் சில மைய இழைகளை இனங்காண முயல்வோம். இடையறாத நெடிய வரலாற்றையுடைய ஒரு சமூகத்தின்மீது மின்னல் வெட்டுகளாகப் பளீரென ஒளி பாய்ச்சுவதே நூலின் அமைதி, விரிவான ஆராய்ச்சி என்ற ஒளிவெள்ளத்திலே முழுக் காட்சியும் விளக்கம் பெறவேண்டும் என்ற பொருளும் இந்த உருவகத்தி லிருந்து பெறப்படும்.

'தமிழ்' என்பது முதல் கட்டுரையாக அமைந்திருப்பது தற்செயலானதன்று. தமிழ்ப் பண்பாட்டின் உருவாக்கம் பற்றிய புரிதல் நூல் நெடுகவும் இழையோடுடின்றது. புறச் சமயங்களாகத் திரித்துக் காட்டப்படும் சமண, பௌத்த மதங்கள் தமிழ்ப் பண்பாட்டைச் சமைத்ததில் ஆற்றிய பங்கு அழுத்தமாகக் காட்டப்பட்டுள்ளது. சைவ, வைணவம் பற்றிப் பேசும் அதே வேளையில், சிறு தெய்வங்கள் பற்றியும், இப் பெருஞ் சமயங்கள் நாட்டார் சமயக் கூறுகளை எவ்வாறு கைவயப்படுத்திக் கொண்டன என்பதும் தெளிவுபடுத்தப்படுகன்றன. தொ. பரமசிவன் கட்டமைக்கும் தமிழ்ப் பண்பாட்டில் இசுலாமும், கிறித்தவமும் பிரிக்க முடியாத வகையிலேயே பிணைந்துள்ளன. சாதியைச் சமூகத்தின் முக்கிய அலகாக இனங்காணும் அதே வேளையில் சாதிக் கட்டுமானமும் கருத்தியலும், ஒடுக்கு முறைக்கும் சுரண்டலுக்கும் அடிப்படை என்ற ஓர்மையும் ஐயத்திற்கிடமில்லாமல் வெளிப்படுகிறது. கீழோர் மரபுகளைக் கணக்கலெடுக்காமல் தமிழ்ப் பண்பாடு இல்லை என்பதும் உறுதிப்படுத்தப்படுகின்றது. மொத்தத்தில், அடிப்படை வாதங்களுக்கு எதிரான ஜனநாயகக் கூறுகளோடுதான் தொ.ப, முன்வைக்கும் தமிழ்ப் பண்பாடு விளங்குகின்றது. நுவலப்படுகின்ற பொருள்களின் சமகாலப் பொருத்தப் பாட்டையும் அங்காங்கே சுட்டிக் காட்ட, தொ.ப. தவறவில்லை.

பொருண்மைப் பண்பாடு (material culture) எனப்படும் துறையில் தமிழியல் ஆய்வாளர்களின் கவனம் போதுமான அளவு குவியவில்லை, மிக அடிப்படை நிலையில், தொல்லிய லாளர் மட்டுமே அக்கறை கொள்வதாக அமைந்துவிட்ட இத்துறையில் உரல், உலக்கை, உணவு, உடை என்று முதற் படிகளை இந்நூல் எடுத்து வைத்துள்ளது. தாம் புழங்கும் சமூகம் பற்றி வாயில்லாப் பொருள்களுக்குச் சொல்வதற்கு நிறைய உண்டு. தொ.ப. அவற்றுக்குச் செவிமடுக்கத் தொடங்கியுள்ளார்.

எடுத்துக்கொண்ட ஆய்வுப் பொருள் என்பதோடன்றி, அதன்மீது எய்யப்படும் ஆய்வுக் கேள்விகள், பயன்படுத்தும் சான்றுகள் ஆகியவற்றிலும் தமிழியல் ஆய்வுக்கான புதிய களங்களை இந்நூல் காட்டுவதாகவே நான் கொள்கின்றேன்.

மொத்தத்தில், மலைப்பையும் மகிழ்ச்சியையும் ஏற்படுத்தும் இந்நூலில் எனக்குச் சில நெருடல்களும் உண்டு. தமிழக வரலாற்றில் விசய நகரப் பேரரசை ஒரு பெரும் திருப்பு முனையாகவும், தமிழ்ச் சமூகத்தில் ஏற்பட்ட பல சரிவுகளுக்குக் காரணமாகச் சுட்டக்கூடிய வகையிலும் பொருள் தரக்கூடிய குறிப்புகள் நூலில் விரவியிருக்கின்றன. இக்கருதுகோளை வரலாற்றுப்பூர்வமாக நிறுவுவது எந்த அளவுக்கு இயலும் என்பது ஒரு புறமிருக்க, தமிழ்த் தேசியத்தைப் பாசிசப் போக்குக்கு இட்டுச் செல்லும் முயற்சிகளுக்குத் துணை போகிவிடக் கூடாது என்றும் அஞ்சுகிறேன்.

பண்பாட்டு நிகழ்வுகளை மிக நுணுக்கமாக அவதானித்து இனங் காணும் தொ.ப., அவற்றுக்கு விளக்கமளிக்கும்போது ஒருவகையான செயல்பாட்டு வாதத்திற்குள் (functionalism) வழுவிவிடுறாரோ என்றும் தோன்றுகிறது. சாயத் தொழிலில் ‘பறையர்’ ஈடுபடுவதற்கு அவர் தரும் விளக்கம் இதில் அடங்கும். கருத்தியல் பெறவேண்டிய முக்கியத்துவம் இதனால் குன்றி விடுகின்றது.

மற்றபடி இத்தகையதொரு நூல் தமிழ் ஆசிரியர் ஒருவரால் எழுதப்பட்டு வெளிவருவதன் பின்னணியைப் புரிந்துகொள்ளும் முயற்சியோடு, சற்று நீண்டுவிட்ட இம்முன்னுரையை முடிப்பது பொருந்தும். இலக்கியமும், நாட்டார் வழக்காற்றியலும், வரலாறும், சமூகவியலும் குவிகின்ற களத்தில் இந்நூல் இயங்குகின்றது. மயிலை சீனி. வேங்கடசாமி, சாத்தான்குளம் அ. இராகவன், மா. இராசமாணிக்கம் என்று தொடங்கி நா. வானமாமலை, க. கைலாசபதி, கா. சிவத்தம்பி, ஆ. சிவ சுப்பிரமணியன் எனத் தமிழ் இலக்கிய உலகத்தினரே இக்களத்தில் தொழிற்பட்டிருக்கன்றனர். நிறுவனஞ் சார்ந்த சமூக அறிவியல் துறையினர் இக்கருத்தாடலில் பேச்சற்று இருக்கின்றனர் என்பது மட்டுமன்றி, இப்படியொரு கருத்தாடல் நிகழ்வதே அறியாமலும் இருக்கிறார்கள். (தங்கள் துறைசார்ந்த ஒழுங்கில் நடக்கும் விவாதங்களிலும் இதே நிலைதான். இது வேறு.) சோ. இலக்குமிரதன் பாரதி, பிலோ இருதயநாத் என்ற பெயர்களையே கேள்விப்பட்டிராத சமூகவியலாளர்கள்

இருக்கிறார்கள். அவர்கள் இம்மரபிலிருந்து பயில வேண்டிய பாடங்கள் பல. தமிழ்ச் சிந்தனையுலகத்தை ஏதேனும் ஒருவகையில் பாதிக்க விழைவோர் தமிழுலகத்தின் ஊடேதான் தொழிற்பட வேண்டும் என்பது தமிழ்ச் சாதியின் விதி. அதன் செயல்பாடுகளில் ஒன்று தொ.ப.

எவரின் முழு ஆற்றலையும் முழு வீச்சோடு மலர விடுவதில்லை என்பது தமிழ்ச் சமூகத்தின் மற்றொரு விதி. அதனைத் தொ. பரமசிவன் உப்பக்கம் காண்பார் என்றும் அதற்குரிய நிறுவனப் பின்புலமும் அமையும் என்றும் எதிர்பார்க்கிறேன்.

30 செப்டம்பர் 1997 ஆ.இரா. வேங்கடாசலபதி
திருநெல்வேலி

('அறியப்படாத தமிழகம்' நூலின் அணிந்துரை)

அணிந்துரை

மதுரைத் தியாகராசர் கல்லூரியின் தமிழ்த்துறையில் பேராசிரியராகப் பணிபுரிபவர் டாக்டர் தொ. பரமசிவன் அவர்கள். மிக நுட்பமான ஆய்வாளர் இவர். இலக்கியம், வரலாறு, நாட்டார் வழக்காறுகள், சமயம், தொல்பொருள் ஆய்வு, கோயில் வழக்காறுகள் என குறுக்கும் நெடுக்குமாகச் சென்று தனது விவாதத்தை அற்புதமாக நடத்திச் செல்லும் ஆற்றல் பெற்றவர். யாருக்கும் கிடைக்காத தகவல்கள் இவருக்குக் இடைக்கும். திருநெல்வேலிச் சீமையின் சிறந்த சிந்தனையாளர் களான மதிப்பிற்குரிய பேராசிரியர் நா. வானமாமலை, சி.சு. மணி, டாக்டர் எஸ்.டி. லூர்து ஆகியோர் ஏற்படுத்திய தாக்கங்கள் இவரிடம் உண்டு.

இந்நூலில் தொகுக்கப்பட்டுள்ள கட்டுரைகள் சமயம் குறித்த சமூகவியல் அணுகுமுறை என்ற வகைமையில் அடங்கும். சமயம் குறித்த ஆய்வுகளில் கடந்த பத்துப் பதினைந்து வருடங்களில் ஒருவித தேக்கம் ஏற்பட்டுள்ளது. சாமி சிதம்பரனார் சித்தர்களின் பாடல்களில் விஞ்ஞான ரீதியான சிந்தனையைக் கண்டார். பகுத்தறிவு இயக்கத்தாரில் பலர் சித்தர் பாடல்களையும் வள்ளலார் பாடல்களையும் எடுத்துப் பயன்படுத்தினர். இது கொஞ்ச நாட்களுக்கு முன்னால். நமது காலத்தில் சித்தர்களை நாயன்மார் வரிசையில் சேர்க்கும் முயற்சிகள் அதிகம். வள்ளலாரைச் சமூகச் சீர்திருத்தவாதியாகப் பார்த்த நிலைபோய், சித்தாந்த சைவத்தில் ‘கரைக்க’ முயற்சி செய்கிறார்கள். ராமதேவர் என்ற ‘இந்து’ச் சித்தர் யாக்கோபுச் சித்தர் என்ற பெயரில் ஒரு சூபியராக (Sufi) மாறினார் என்ற தகவல் முன்பே தெரிந்துதான். தத்தர் பாடல்களின் பழைய பதிப்புகளில் ராமதேவரின் பாடல்களும் இடம்பெற்றிருந்தன. இப்போதைய பதிப்புகளில் அவரது பாடல்கள் ★அரவமில்லாமல்’ அகற்றப்பட்டுவிட்டன. சிவவாக்கியரின் பாடல்களில் சூபியத் தாக்கம் பெற்ற பாடல்கள் அகற்றப்பட்டு வருகின்றன.

இவ்வாறாக, மத விஷயங்களில் ஒருவித பழமைவாதம், கடந்த பத்துப் பதினைந்து வருடங்களில் தலைதூக்கி உள்ளது. நாம் இதனை எதிர்கொள்ளவேண்டி உள்ளது. இந்த எதிர்கொள்ளல் முன்பைவிட அதிக நுட்பம் கொண்டதாகவும் அதிகத் தயாரிப்புக் கொண்டதாகவும் இருக்கவேண்டியுள்ளது. முரட்டு நாத்திகம் போதாது. சமயம் குறித்த சமூகவியல், மானிடவியல், உளவியல் அணுகுமுறைகள், சமயத் தொன்மவியல் ஆய்வுகள், சமயத் தத்துவவியல் என்பதாகப் பரந்து விரிந்த எதிர் கொள்ளலாக அது இருக்கவேண்டும் இதனை நன்கு உணர்ந்தவர் டாக்டர் தொ. பரமசிவன்.

இவரது டாக்டர் பட்ட ஆய்வேடு ‘அழகர்கோயில்’ பற்றியது. தமிழ் இலக்கிய ஆசிரியரான இவர், அழகர்கோயில் பற்றிய சமூக வரலாற்றாய்வாக அதனை உருவாக்கினார். அந்த ஆய்வேடு மதுரைக் காமராசர் பல்கலைக்கழகத்தால் புத்தகமாகவும் வெளியிடப்பட்டுள்ளது. அந்த அவரது ஆய்வின் தொடர்ச்சியாக இந்த நூலும் அமைந்துள்ளது என்று கூறலாம். இந்த நூலின் இடம்பெற்றுள்ள கட்டுரைகளில் சில எங்களது நாவாவின் ஆராய்ச்சி காலாண்டிதழில் வெளி வந்தவை என்பதில் எங்களுக்கு சந்தோஷம்.

பொதுவாக, பக்தி இயக்கத்தை சமஸ்கிருதமயமாக்கம் (எம்.என். ஸ்ரீநிவாஸ்) என்ற ஒற்றைக்கருத்தாக்கத்தால் விளக்க முயன்ற காலம் உண்டு. இன்று ஆய்வாளர்கள் அதனை ஏற்பது கிடையாது. ஆரியம் மிக அடிப்படையாக இந்திய மயமாக்கத்திற்கு உட்பட்டது என்பதே உண்மை. இந்தியாவின் பல்வேறு வட்டாரங்களில் அந்தந்த வட்டாரத்தை, வாழ்வை, வளத்தை அள்ளிக்கொண்டு வளர்ந்த பக்தி இயக்கம் சமஸ்கிருத, வைதீக வட்டத்தை வெகுவாகத் தாண்டி வெளியேறியது. பக்தி இயக்கங்கள் இந்த நாட்டின் ஒருமைப்பாட்டை அல்ல, பன்முகத் தன்மையைத்தான் காட்டுகின்றன. பக்தி இயக்க காலத்தின் புராணங்களும் வழிபாட்டு முறைகளும் இந்தியாவின் பல்வேறு வட்டாரங்களில் நாட்டார் கதைகளையும் வழக்காறுகளையும் அடித்தளமாகக் கொண்டவை. வேத, புராணங்கள் இந்த நாட்டில் வேர் கொள்ளவே இல்லை. இந்திரன், மாருதி, அக்னி, அஸ்வினி போன்ற வேத ஆரியரின் சொந்தக் கடவுளருக்கே இந்த நாட்டில் வெகுசனப் புராணங்கள் கிடையாதே! முப்பெரும் கடவுளர் என்ற வரிசையில் ஒட்டிக்கொண்ட வேதமுதல்வன் பிரம்மனுக்கு இந்த நாட்டில் உருப்படியாக ஒரு கதை கிடையாதே! தமது சொந்தக் கடவுளரைத் தொலைத்து

விட்டு விஷ்ணு கதைகளுக்குள்ளும் சிவபுராணங்களுக்குள்ளும் தனக்கு ஓரிடத்தைச் சம்பாதித்துக் கொண்டதுதான் இந்த நாட்டின் பிராமணியம்.

மார்க்ஸ் முல்லர் வேதகால ஆரியர்களின் கடவுள் நம்பிக்கைக்கு 'ஹீனோதீயிசம்' (Henotheism) என்று ஒரு பெயர் கொடுத்தார். அதாவது, வேதகால ஆரியர்கள் பல கடவுளரை வணங்கினார்கள். ஆயின், எந்தக் கடவுளை, குறிப்பிட்ட ஒரு பாடலில் மையப்படுத்துகிறார்களோ அந்தக் கடவுளை அந்தப் பாடலின்போது மட்டும், 'முழு முதல்வன்' என்றும், 'ஈடு இணை யில்லாதவன்' என்றும் புகழ்பாடித் துதித்து வணங்குவார்கள். இதைத்தான் 'ஹீனோதீயிசம்' என்றார் மாக்ஸ் முல்லர். ஆரியப் பண்பாட்டின் ஒரு குணாம்சம் என்று இதனைக் கொள்வோமெனில் இதன் சாராம்சம் 'சந்தர்ப்பவாதம்' என்கிறார் ஹிரியண்ணா என்ற ஆய்வாளர். இந்திய வரலாற்றில் எல்லா காலகட்டங்களுக்கும் இது பொருந்தும்.

கீதையில் வைதீகம் சாங்கயத்தோடு சமரசம் செய்து கொண்டது. பௌத்தத்தின் சில துவக்கங்களை அதீதப்படுத்தி சங்கரர் அத்வைதத்தை உருவாக்கினார். சமஸ்கிருதம் போல் வெறும் வடிவமாகப் போய்விட்ட நிர்க்குணபிரம்மத்திற்கு உயிரும் வாழ்வும் சதையும் தேடி பூமிக்கு இறங்கி வரவேண்டிய நிர்ப்பந்தம் பக்தித் தத்துவத்திற்கு ஏற்பட்டது. மலட்டு பிரம்மத்திற்குத்தான் என்ற மமதை தவிர வேறு எதையும் விளக்கும் ஆற்றல் இல்லாமல் போயிற்று. எனவே பெண் தெய்வங்களுக்குத் தாராளமாக இடம் தந்தன பக்தப் புராணங்கள். ஆண் பெண் சேர்க்கை குறித்த தந்தைவழி மாதிரிகளைப் பயன்படுத்தி உலகை விளக்கியது பக்திப் புராணம்.

கிருஷ்ண புராணங்களில் தாய்த்தெய்வ மூலம் கொண்ட தாந்திரிகத் தாக்கம் ஏராளமாக உண்டு. அவ்வளவு நுட்பமாக வர்ணிக்கப்படும் கிருஷ்ணனின் உடல் ஆணுடலா என்பதே சந்தேகம். நெருக்கடிகள் ஏற்படும்போது மோகினி வடிவமெடுத்து எதிரிகளைக் கையாளுவது கிருஷ்ணனின் வழக்கம். சிறையில் பிறந்த கிருஷ்ணன் கடத்தப்பட்ட பிறகு, அவனுக்கு மாற்றாகப் படுக்க வைக்கப்பட்டிருந்த பெண் குழந்தை காளி என்று புராணங்கள் கூறுகின்றன. கிருஷ்ணனின் மாற்று வடிவம் (substitute) காளி என்ற செய்தி இங்குக் கிடைக்கிறது. காமன் வழிபாடு வைணவ மரபில் கிருஷ்ண வழிபாட்டுடன் இணைத்து

விட்டது கவனிக்கத்தக்கது. 'பாற்கடலில் ஆதிசேடனில் பள்ளிகொண்ட பிரான்' என்ற படிமம், 'தாயின் வயிற்றுக்குள் கொடியுடன் மிதக்கும் கரு' என்ற தாந்திரிகவழி விளக்கம் கொண்டது. வைணவத்தின் படைப்பு விளக்கமான 'லீலை" என்ற கருத்தாக்கம், மிக முக்கெயமாக ஆண் பெண் கல்வியைக் குறிப்பது. இந்தக் கதைகளுக்கெல்லாம் வைதீக மரபில் மூலாதாரங்கள் கிடையாது. மிக வளமான, செழுமையான, பன்மியப்பண்பு கொண்ட நாட்டார் மரபின் கதைகள் இவை.

இந்நூலில் டாக்டர் தொ. பரமசிவன் அவர்கள் பக்தி இயக்கத்திற்கு ஜனநாயகத் தன்மை உண்டு என்ற பழைய கருத்தையும் தாண்டி, அதனை நாட்டார் பண்பாட்டு அடிப்படை நோக்கி நகர்த்தியிருக்கிறார். இது இந்த நூலின் சாதனை. நாட்டார் வழக்காற்றுத் தகவல்களின் தளத்தில் நின்று சமய வரலாற்றை நோக்குவது என்ற அணுகுமுறை இது. கள ஆய்வுகள் முக்கியமான தகவல்களைத் தருகின்றன. அழகர் திருவிழா கள ஆய்வுகள், தாலாட்டுப் பாடல்கள், 1939இல் கடந்த மதுரைக் கோயில் அரிசன ஆலயப் பிரவேசம் குறித்த அதே காலத்திய சிறு பாட்டுப் புத்தகங்கள், காரைக்கால் பட்டினஞ்சேரி மீனவர்கள் விழா குறித்த கள ஆய்வுத் தகவல்கள் இவையெல்லாம் முதன்மைச் சான்றாதாரங்கள் ஆகின்றன. ஆன்றவிந்த பண்டிதர் உள்ளளியில் பிறப்பதே மூலஞானம் என்றிருந்த காலம் மலையேறிக் கொண்டிருக்கிறது. சேரிச் சனங்களின் வாய்வழிக் கதைகளும் ஆட்டபாட்டமும் முதன்மைத் தரவுகள் ஆகிக்கொண்டிருக்கின்றன. சுமித் சர்க்காரின் 'கீழிருந்து வரலாறு எழுதப்படுவது'. ரணஜித் குகா வகையறாக்களின் 'அடிதத்ள மக்கள் வரலாறு' என்ற வரிசையிலான ஆய்வு இது. தமிழில் பேராசிரியர் நா. வானமாமலை, ஆ. சிவசுப்பிரமணியன் ஆகியோர் இவ்வகை ஆய்வில் முன்னோடிகள் ஆவர்.

தமிழ் வைணவம் என்ற ஒரு கருத்தாக்கத்தை டாக்டர் தொ. பரமசிவன் முன்வைக்கிறார். அதன் நாட்டார் மரபுச் சார்பை இதன்மூலம் வலியுறுத்துகிறார். அது 'தென்கலை' என்ற பழைய அடையாளத்தைத் தாண்டி வளருகிறது என்பது குறிப்பிடத்தக்கது. முறையில் ரீதியாக சமய ஆய்வுகளை உபநிடத உச்சியிலிருந்து துவங்காமல் உள்ளூர்ச் சங்கதிகளிலிருந்து தொடங்குங்கள் என்று இந்நூல் கூறுகிறது. வைதீக வைணவம் தமிழ் நாட்டார் வைணவம் என்ற எதிர்வு குறித்து இனி ஆய்வாளர்கள் பேசத் துவங்கலாம். தமிழ் வைணவம் தமிழ்ச்

சைவம் என்ற எதிர்வும் இந்நூலின் கட்டுரைகளில் தென்படுகிறது. தமிழ் வைணவம் தமிழ்ச் சைவம்போல் உடமை சார்ந்ததாக, அரசியல் ஆளுமை சார்ந்ததாக இருக்கவில்லை என்ற கூற்றும் நூலினுள் உள்ளது. இதனை ஆட்சேபிப்பவர்கள் இருப்பார்கள்.

சரி. எம்.என். ஸ்ரீநிவாஸ் போல் ஒருபுறச் சாய்வு நமக்கு உதவாது. வைணவத்திற்கு நாட்டார் அடித்தளம் உண்டு. சந்தேகமில்லை. ஆயின் வைதீகமும் அதற்குள் வேலை செய்தது. தனக்கேற்ப விஷயங்களை ஆட்படுத்திக்கொண்டது. இரண்டு திசைகளிலும் நாம் சேர்த்து யோசிக்க வேண்டும்.

டாக்டர் தொ. பரமசிவன் அவர்களுக்கு எனது அன்பு வாழ்த்துக்கள்.

1995 ந. முத்துமோகன்

('தெய்வங்களும் சமூக மரபுகளும்' நூலின் அணிந்துரை)

www.ingramcontent.com/pod-product-compliance
Lightning Source LLC
LaVergne TN
LVHW060413051026
849518LV00007B/2530
* 9 7 8 8 1 9 6 2 3 7 5 1 6 *